SÁCH NẤU KẸO GUMMY TỰ LÀM TỐT NHẤT

100 công thức đầy màu sắc vui nhộn siêu ngon dễ làm tại nhà

Nữ Kim

© BẢN QUYỀN 2022 TẤT CẢ QUYỀN ĐƯỢC ĐẢM BẢO

Tài liệu này hướng đến việc cung cấp thông tin chính xác và đáng tin cậy liên quan đến chủ đề và vấn đề được đề cập. Ấn phẩm được bán với ý tưởng rằng nhà xuất bản không bắt buộc phải cung cấp các dịch vụ kế toán, được phép chính thức hoặc đủ điều kiện. Nếu tư vấn là cần thiết, pháp lý hoặc chuyên nghiệp, một cá nhân thực hành trong nghề nên được chỉ định.

Việc sao chép, nhân bản hoặc truyền tải bất kỳ phần nào của tài liệu này bằng phương tiện điện tử hoặc định dạng in đều không hợp pháp. Việc ghi lại ấn phẩm này bị nghiêm cấm và không được phép lưu trữ tài liệu này trừ khi có sự cho phép bằng văn bản của nhà xuất bản. Đã đăng ký Bản quyền.

Cảnh báo Tuyên bố miễn trừ trách nhiệm, thông tin trong cuốn sách này là đúng và đầy đủ theo hiểu biết tốt nhất của chúng tôi. Tất cả các khuyến nghị được thực hiện mà không có sự đảm bảo về phía tác giả hoặc xuất bản câu chuyện. Tác giả và nhà xuất bản từ chối trách nhiệm và trách nhiệm pháp lý liên quan đến việc sử dụng thông tin này

Mục lục

GIỚI THIỆU 9
CÔNG THỨC LÀM KẸO 10

1. Bánh quy chuối 10
2. Biscuit không nướng 12
3. Kẹo thô date 13
4. Kẹo chay chà là hạt điều 15
5. Bánh quy socola viên 17
6. Kẹo nhà làm với bánh quy 19
7. Kẹo tốt cho sức khỏe với quả chà là và quả óc chó 20
8. Kẹo Ferrero tự làm 22
9. Bánh quy dừa 24
10. Kẹo socola có date 26
11. Viên protein với bơ đậu phộng 27
12. Kẹo sống chuối chà 28
13. Quả chà là và quả óc chó 30
14. Kẹo bi sữa đặc 32
15. Kẹo thô chà là cam 34

16. Kẹo bi 35

17. Bi quy 36

18. Bánh quy gà 38

19. Keto nấm cục với bơ và sô cô la 40

20. Quả chà là và quả việt quất 42

KẸO TRẺ EM 43

21. Kẹo bánh quy Nutella 43

22. Kẹo dẻo tự làm cho bé 45

23. Bánh quy sô cô la, quả óc chó và dừa 47

24. Kẹo thạch dễ dàng từ compote 49

25. Viên socola nhân cà rốt 51

26. Kẹo dẻo làm từ nước nho 53

27. Biscuit sô cô la sữa đặc 55

28. Kẹo vừng mật ong 57

29. Kẹo sô cô la tự làm 58

30. Socola anh đào 60

31. Bánh Muffin Dâu Thạch 62

32. Kẹo bí ngô 65

33. Bánh quy và kẹo mút 67

34. Bánh viên quế 69

35. Viên sô cô la với phô mai và quả óc chó 71

36. Kẹo thạch dâu 73

37. Kẹo chuối socola 75

38. Kẹo phô mai Nga 76

39. Bom dừa hữu ích 78

40. Kẹo 80

KẸO SỨC KHOẺ 81

41. Sôcôla tốt cho sức khỏe 81

42. Bữa tiệc chocolate hạnh nhân 83

43. Tự làm kẹo hạt dẻ tốt cho sức khỏe 85

44. Kẹo tốt cho sức khỏe với quả chà là và quả óc chó 87

45. Quả bóng protein ca cao 89

46. Viên đạm dừa 90

47. Giảm protein đơn giản 91

48. Kẹo năng lượng 93

49. Kẹo protein có ngày 95

50. Kẹo protein với phô mai và dừa nạo sấy 97

51. Kẹo hạnh nhân giòn 99

52. Kẹo socola trắng và hạnh nhân 100

53. Sôcôla nhân 102

54. Kẹo sô cô la có ghi ngày tháng 104

55. Kẹo bí ngô con gà 105

56. Sôcôla vị hạnh nhân 107

57. Kẹo đậu phộng sống phô mai 109

58. Kẹo tự làm với ba thành phần 111

59. Kẹo ngon không đường 113

60. Kẹo chuối chà là sống 115

KẸO PROTEIN .... **Error! Bookmark not defined.**

61. Viên Cacao Protein 117

62. Viên đạm dừa 118

63. Viên protein hạnh nhân 119

64. Viên đạm dừa 120

65. Giọt protein đơn giản 121

66. Kẹo Protein dễ dàng 123

67. Kẹo protein chà 125

68. Kẹo protein với bột yến mạch 127

69. Kẹo protein tự làm với các loại hạt 129

70. Kẹo protein chuối chuối 131

KẸO NGUYÊN CHẤT 133

71. Kẹo thô dành cho người tiểu đường 133

72. Kẹo sống chuối chà 135

73. Kẹo sống chuối chà 137

74. Kẹo trái cây thô 138

75. Bánh sống nhân dầu dừa và các loại hạt 140

76. Kẹo đậu phộng sống phô mai 142

77. Nấm cục thuần chay sống lễ hội 143

78. Chà là sống và kẹo chuối 145

79. Kẹo năng lượng thô với tahini 146

80. Kẹo thô nhân chà là vùng tahini 148

81. Kẹo chà là tự làm và các loại hạt thô 150

82. Socola thô bơ dừa 152

83. Kẹo thô lê khô quế 154

84. Kẹo cà rốt sống 155

85. Kẹo thuần chay hạt lanh 156

86. Viên sô cô la thô với các loại hạt và quả chà 158

87. Kẹo ca cao thô 159

88. Sôcôla thô 161

89. Kẹo thuần chay thô 163

90. Kẹo thuần chay thô với quả kỷ tử 165

91. Sôcôla thô nhân dừa mè 167

KẸO KHÔNG ĐƯỜNG 169

92. Kẹo chay với chà là và cháo 169

93. Kẹo hạt dẻ tự làm tốt cho sức khỏe 171

94. Bữa tiệc chocolate hạnh nhân 173

95. Kẹo thô cho người tiểu đường 175

96. Socola dừa viên 177

97. Kẹo socola nhân đậu phộng 179

98. Chocolate truffle vị rượu rum 181

99. Kẹo cam dừa 183

100. Bánh rán sô cô la với trân châu lợi khuẩn . 184

KẾT LUẬN 186

GIỚI THIỆU

Ai nói rằng bạn phải đợi đến ngày lễ để làm hoặc ăn kẹo yêu thích của bạn? Tôi không chắc về bạn, nhưng đó có vẻ là một khoảng thời gian dài để chờ đợi điều gì đó mà bạn đang mong chờ. Vì vậy, tại sao chờ đợi? Ai quan tâm? Làm công thức nấu kẹo bất cứ khi nào bạn muốn.

Một thời điểm tốt khác để làm kẹo là vào Ngày lễ tình nhân. Thay vì đi ra ngoài và mua một hộp sôcôla. Làm một số quả bóng bơ đậu phộng phủ sô cô la và sử dụng khăn giấy trắng và trái tim màu đỏ để trang trí hộp màu nâu hoặc trắng trơn. Sau đó, để hoàn thành, buộc nó bằng raffia hoặc ruy băng đỏ. Điều đó đặc biệt và có ý nghĩa hơn nhiều đối với tôi so với việc ra ngoài và mua một chiếc hộp do chính họ tạo ra. Thật là một món quà tuyệt vời để nhận được từ một người thân yêu!!!

Bạn có thể tạo ra những kỷ niệm kỳ nghỉ với con của bạn bất cứ khi nào bạn muốn. Nếu bạn có một khoảng thời gian đặc biệt mà bạn muốn dành cho họ trong những ngày lễ, hãy đảm bảo rằng bạn sẽ tiếp tục truyền thống đó. Đó sẽ luôn là khoảng thời gian đặc biệt đáng nhớ của hai bạn!

CÔNG THỨC LÀM KẸO

1. Bánh quy chuối

Sản phẩm cần thiết

- bánh quy - 600 g
- chuối - 4 chiếc.
- đường bột - 100 g
- que sô cô la
- bào dừa
- sô cô la trắng - tùy chọn

Sự chuẩn bị

1. Chuối nghiền nhuyễn. Bánh quy (cá nhân tôi sử dụng hai gói vani và hai gói ca cao) được xay

nhuyễn trong máy xay sinh tố và thêm vào chuối nghiền. Đường bột cũng được thêm vào. Trộn đều hỗn hợp và nhào (như nhào bột).
2. Tạo thành những quả bóng có kích thước bằng quả óc chó và cuộn thành những que màu, thanh sô cô la, sô cô la trắng nghiền, bánh croquettes đậu phộng, dừa - tùy bạn chọn.
3. Chúng trở nên rất ấn tượng nếu được trang trí bằng những trái tim bằng đường. Bột dính và sẽ dính tốt.
4. Các viên đã tạo hình được để trong tủ lạnh cho cứng lại.

2. Biscuit không nướng

Sản phẩm bắt buộc

- Cookies-Trà 300g
- Ca cao-2 muỗng canh.
- Mật ong-1 muỗng canh.
- Đường-2 muỗng canh.
- Nước-1/2 muỗng cà phê.
- Các loại hạt-1 muỗng cà phê. Nghiền

Phương pháp chuẩn bị

1. Thêm đường, ca cao và mật ong vào nước, thêm bánh quy đã cắt nhỏ và trộn đều.
2. Định hình bột thành những viên kẹo nhỏ và cuộn với quả óc chó xay hoặc dừa khô nếu cần.
3. Làm mát trong 1-2 giờ.

3. Kẹo thô chà là

Sản phẩm bắt buộc

- Quả óc chó - 100 g
- Hạt Phỉ - 50 g
- Chà là - một số ít (khoảng 15 đơn vị)
- Mật ong - 2 muỗng canh.
- dừa - để cuộn
- Ca cao - trộn ít quế (để cuốn)

Phương pháp chuẩn bị

1. Nghiền quả óc chó cùng với quả phỉ trong máy xay thực phẩm hoặc máy xay sinh tố. Điều quan trọng là phải đảm bảo rằng chúng không bị nghiền quá mịn, vì điều này sẽ gây khó khăn cho việc tạo hình các quả bóng.

2. Chúng tôi lấy quả óc chó ra một cái bát. Sau đó, chúng tôi mài những ngày mà chúng tôi đã loại bỏ những viên đá trước đó. Thêm mật ong và đánh robot một lần nữa. Chúng tôi thêm quả óc chó.
3. Bạn cũng có thể nhào bằng tay cho đến khi thu được một hỗn hợp, chúng ta sẽ nặn chúng thành những viên tròn. Trộn dừa hoặc ca cao bào với một ít quế và hình bầu dục.
4. Kẹo rất ngon và rất tốt cho sức khỏe.

4. Kẹo chay chà là và hạt điều

Sản phẩm cần thiết

- Chà là - 150 g, có thể ngâm nước nóng
- Cháo - 50 g, đặc
- Hạnh nhân - 50 g, thô
- Bột carob - 4 muỗng canh.
- Dầu dừa - 4 muỗng canh.
- Stevia - để nếm thử, có thể không có
- dừa nạo sấy - 2 muỗng canh.
- dừa nạo sấy - 4 muỗng canh. để cuộn

Phương pháp chuẩn bị

1. Trong máy xay thực phẩm, trước tiên hãy xay các loại hạt, sau đó thêm các thành phần khác - chà là, bơ, mùn cưa, bột carob.

2. Stevia có thể được thêm vào nếu muốn.
3. Khối kẹo đặc và dính, dạng viên, kẹo thuần chay được cuộn trong dừa nạo sấy.
4. Quay trở lại tủ lạnh để thiết lập.
5. Kẹo chay chà là và hạt điều rất ngon.

5. Viên sô cô la với bánh quy

Sản phẩm cần thiết

- bánh quy - 300 g
- các loại hạt - 100 g
- dầu - 100 g
- ca cao - 4 pl
- sô cô la - 100 gram
- sữa tươi - 150ml
- vani - 1/2 gói
- dừa nạo - 40 g

Phương pháp chuẩn bị

1. Lấy một cái chảo nhỏ và đổ sữa. Đặt nó lên bếp và khi nó nóng lên, thêm bơ và ca cao và khuấy cho đến khi kết hợp tốt.

2. Sau đó bẻ nhỏ socola và cho vào khuấy đều cho đến khi tan hoàn toàn. Khi sô cô la đã hòa tan tốt, để hỗn hợp nguội.
3. Lấy bánh quy và bẻ chúng thành những miếng rất nhỏ và thêm chúng vào hỗn hợp sô cô la. Thêm quả óc chó nghiền và vani vào hỗn hợp.
4. Trộn đều và bắt đầu tạo thành những viên tròn, bạn cuộn trong dừa bào và xếp ra đĩa hoặc khay rồi để vào tủ lạnh cho cứng lại.

6. Kẹo tự làm với bánh quy

Sản phẩm cần thiết

- bánh quy - 1 gói Everest với ca cao / sữa,
- sô cô la - 1 nâu với các loại hạt / trắng với dừa,
- sữa tươi - 300 - 350 ml.
- bơ

Phương pháp chuẩn bị

1. Nghiền bánh quy tốt. Làm tan chảy sô cô la (đen với các loại hạt hoặc trắng với dừa) trong nồi cách thủy với một ít bơ. Sau đó thêm khoảng 150 ml. Sữa.
2. Cho hỗn hợp vào bánh quy, trộn đều, vo tròn và lăn qua cacao/ dừa.
3. Họ phải ở trong tủ lạnh ít nhất 2 giờ.

7. Kẹo tốt cho sức khỏe với quả chà là và quả óc chó

Sản phẩm cần thiết

- Chà là - 1 hộp tự nhiên
- Quả óc chó - 500 g vỡ
- Vỏ chanh
- vỏ cam
- Ca cao - 1 muỗng canh tất nhiên
- Cơm dừa nạo sấy - 150 g

Phương pháp chuẩn bị

1. Chà là tự nhiên được làm sạch đá và đổ vào bộ xử lý thực phẩm. Thêm quả óc chó bị hỏng. Xay thành hỗn hợp đồng nhất.

2. Hỗn hợp thu được được chia thành năm phần bằng nhau và đặt trong bát. Vỏ chanh trong một vỉ.
3. Khuấy bằng tay để trộn vỏ chanh. Cho vỏ cam vào bát thứ hai.
4. Trong hỗn hợp thứ ba, ca cao được thêm vào, trong hỗn hợp thứ tư, một thìa cà phê dừa nạo sấy và hỗn hợp cuối cùng không có gì - tất nhiên. Tất cả các hỗn hợp được khuấy để phân phối các sản phẩm được thêm vào.
5. Lấy một ít hỗn hợp thu được và tạo thành những quả bóng.
6. Từng viên kẹo được cuộn trong dừa nạo sấy.
7. Kẹo tốt cho sức khỏe với quả chà là và quả óc chó đã sẵn sàng.

8. Kẹo Ferrero tự làm

Sản phẩm cần thiết

- bánh quế - 300 g với hạt phỉ
- quả phỉ - 1,5 muỗng cà phê. Thái nhỏ
- sô cô la lỏng - 1,5 muỗng cà phê. bơm

CHO LĂN

- quả phỉ - 1,5 muỗng cà phê. Thái nhỏ
- sô cô la đen - 200 g
- dầu - 1 muỗng cà phê.

Phương pháp chuẩn bị

1. Nghiền bánh quế và thêm quả phỉ và nutella. Khuấy đều và để hỗn hợp trong tủ lạnh ít nhất 30 phút.
2. Từ hỗn hợp tạo thành những quả bóng nhỏ như quả óc chó. Để chúng trong tủ lạnh trong 30 phút.
3. Làm tan chảy sô cô la trong một cái bát. Thêm quả phỉ và dầu. Khuấy đều.
4. Lấy các viên bi ra khỏi tủ lạnh và nhúng từng viên vào hỗn hợp sô cô la-hạt phỉ.
5. Đặt chúng lên khay có lót giấy nướng. Để chúng trong tủ lạnh cho cứng lại rồi xếp chúng vào viên nang giấy.

9. Bánh quy dừa

Sản phẩm cần thiết

- Cookies - 400 g thường
- Các loại hạt - 1 muỗng cà phê. /nướng nhẹ và nghiền/
- Bột Zakhar - 1/2 ch
- đường nâu - 1/2 muỗng cà phê.
- Dầu - 125 g
- sữa tươi - 150-180 ml
- Ca cao - 2 muỗng canh.
- Vani - 2 gói
- Cơm dừa nạo sấy - 50 g

Phương pháp chuẩn bị

1. Làm tan chảy bơ trên lửa nhỏ và thêm sữa. Để nguội. Các cookie được nghiền trong máy xay sinh tố.
2. Ngoài ra còn có quả óc chó xay, đường bột, đường nâu, vani và ca cao. Sẽ được trộn lẫn.
3. Thêm sữa và bơ và khuấy lại cho đến khi tạo thành một hỗn hợp bột đặc, dính.
4. Đặt bánh bông lan vào tủ lạnh khoảng 15 phút để định hình.
5. Là những viên kẹo có hình dạng được cuộn trong quả dừa. Họ ở trong tủ lạnh khoảng một giờ.
6. Những quả bóng bánh quy dừa đã sẵn sàng.

10. Kẹo socola nhân chà là

Sản phẩm cần thiết

- chà là - 55 g
- sô cô la - 55 g
- protein - 1 lon (25 g; hoặc ca cao + chất làm ngọt)
- dầu hạt phỉ - 25 g (dầu khác hoặc tahini)

Phương pháp chuẩn bị

1. Đầu tiên xay chà là trong máy xay sinh tố (thêm một ít nước nếu cần).
2. Đổ chúng vào một cái bát.
3. Làm tan chảy sô cô la trong nồi cách thủy và thêm nó vào quả chà là cùng với các sản phẩm khác.
4. Trộn đều cho đến khi bạn có được một hỗn hợp đồng nhất, từ đó bạn có thể dùng tay tạo thành những viên kẹo thô.

5. Cho kẹo socola nhân chà là vào tủ lạnh khoảng 1 tiếng cho kẹo cứng lại.

11. Quả bóng protein với bơ đậu phộng

Sản phẩm cần thiết

- Chất đạm - 2 muỗng canh. phủi bụi
- bột yến mạch - 1 muỗng cà phê. /hoặc bột yến mạch/
- Bơ đậu phộng - 125 g
- Nước - 3 muỗng canh. /hoặc sữa hạnh nhân/nước cốt dừa/

Phương pháp chuẩn bị

1. Cho tất cả các nguyên liệu làm kẹo protein vào máy xay sinh tố và xay nhuyễn trong khoảng 1 phút cho đến khi kết dính.

2. Tạo hình quả bóng protein bằng tay với bơ đậu phộng.
3. Phục vụ trong một khay đẹp bất cứ lúc nào trong ngày.

12. Kẹo sống chuối chà là

Sản phẩm cần thiết

- Chuối - 1 chiếc.
- bột yến mạch - 1 muỗng cà phê.
- Ngày - 7 - 8
- Dầu dừa - 1 muỗng canh.
- từ sừng - 2 muỗng cà phê
- quế - 1 muỗng cà phê.
- dừa nạo sấy

Phương pháp chuẩn bị

1. Trộn và xay nhuyễn tất cả các sản phẩm trong máy xay sinh tố.
2. Nặn thành những viên tròn rồi lăn qua dừa nạo sấy.
3. Để kẹo trong tủ lạnh trong vài giờ để thiết lập.
4. Kẹo chuối và chà là đã sẵn sàng.

13. Quả chà là và quả óc chó

Sản phẩm cần thiết

- chà là - 170 g
- các loại hạt - 120 g
- ca cao - 35 g
- dầu dừa - 2 muỗng cà phê.
- dừa - 50 g
- sừng bò - 10 g

Phương pháp chuẩn bị

1. Gọt vỏ chà là và loại bỏ đá. Nếu bạn không bóc được thì có thể bỏ qua bước này, đối với mình bóc vỏ sẽ ngon hơn.
2. Cho quả chà là vào máy xay sinh tố, thêm quả óc chó, ca cao, một ít dầu dừa, nửa quả dừa

(nửa còn lại chúng ta sẽ để cán) và bột carob. Trộn cho đến khi tất cả các thành phần được kết hợp.
3. Dùng tay ướt, lấy một ít hỗn hợp và nặn thành những viên kẹo ngọt, sau đó cuộn chúng trong một ít dừa.
4. Sắp xếp chúng trên khay hoặc đĩa.
5. Để nguội trong tủ lạnh.
6. Sau một giờ, những quả bom nạc với quả chà là và quả óc chó đã sẵn sàng để ăn.

14. Kẹo biscuit sữa đặc

Sản phẩm cần thiết

- bánh quy trà - 1 gói tròn
- bơ - 1/2 gói, mềm
- sữa đặc - khoảng 1/2 lon, caramel (không bắt buộc)
- quả óc chó - khoảng 150 g xay

để lăn

- quả óc chó - mặt đất
- bột ca cao
- bào dừa

Phương pháp chuẩn bị

1. Nghiền bánh quy và cho vào tô, thêm quả óc chó và bơ mềm, thêm sữa từng chút một và trộn cho đến khi bột mềm.
2. Làm lạnh trong khoảng 10 phút để làm mát nhẹ.
3. Tạo thành những viên kẹo có kích thước bằng quả óc chó và lăn vào quả óc chó, ca cao, thanh sô cô la hoặc dừa.
4. Bánh quy sữa đặc đã sẵn sàng.

15. Kẹo thô chà là và cam

Sản phẩm cần thiết

- Ngày - 1 muỗng cà phê.
- bột yến mạch - 1 muỗng cà phê.
- Nước cam - từ 1/2 quả cam
- Dầu dừa - 2 muỗng cà phê.
- dừa nạo sấy
- Quả óc chó

Phương pháp chuẩn bị

1. Trộn tất cả các sản phẩm. Viên thành những viên tròn và lăn qua dừa nạo sấy.
2. Phủ một quả óc chó hoặc các loại hạt khác lên trên và cho vào tủ lạnh khoảng một giờ để kẹo đông lại.
3. Kẹo thô với chà là và cam đã sẵn sàng.

16. Kẹo bánh quy

Sản phẩm cần thiết

- bánh quy thông thường - 1 gói
- sữa tươi - 1 muỗng cà phê.
- vani - 1 gói
- đường - 1/2 muỗng cà phê
- bào dừa - hoặc thanh màu / sô cô la

Phương pháp chuẩn bị

1. Trong một bát vừa, nghiền mịn bánh quy rồi thêm đường, vani và sữa rồi nhào nhẹ cho đến khi thu được hỗn hợp đặc.
2. Từ hỗn hợp tạo thành những viên tròn nhỏ sau đó bọc bằng que và để trong tủ lạnh trong 30 phút.

17. Bánh quy viên

Sản phẩm cần thiết

- bánh quy - 3 gói Teddy vị việt quất (270 g)
- dầu - 125 g
- vani - 1 chiếc.
- ca cao - 1 hộp
- các loại hạt - 250 g
- đường bột - 250 g
- bào dừa - 1 gói

Phương pháp chuẩn bị

1. Bánh quy rất thơm và rất thích hợp để làm loại kẹo này. Bạn có thể sử dụng những thứ khác, nhưng bạn sẽ cần một loại tinh chất hoặc rượu mùi.

2. Nghiền bánh quy và trộn với vani, ca cao, quả óc chó xay và đường bột.
3. Tất cả các thành phần được trộn lẫn và bơ tan chảy được thêm vào chúng và chúng tôi bắt đầu trộn lại.
4. Từ hỗn hợp thu được, tạo thành những quả bóng và cuộn chúng trong vỏ dừa.

18. Bánh quy gà

Sản phẩm cần thiết

- Bánh quy - 400 g
- Ca cao - 90 g
- Đường - 1 muỗng cà phê.
- Cơm dừa nạo sấy - 150 g

Phương pháp chuẩn bị

1. Chúng tôi bắt đầu bằng cách phá vỡ các cookie. Chúng có thể bị hỏng, đừng lo lắng nếu chúng không bị hỏng hoàn toàn.
2. Cho bánh quy đã đánh bông vào tô sâu lòng, thêm ca cao, đường và 50 g dừa nạo vào trộn đều.

3. Sau đó cho từng phần nhỏ bơ vào và khuấy đều cho đến khi bơ tan chảy và ngấm vào bánh quy. Bạn sẽ nhận được một hỗn hợp rất dày như độ đặc của bột.
4. Khi hoàn thành, chúng ta sẽ nặn những quả bóng cỡ vừa và sắp xếp chúng vào khay hoặc khay để chúng không chạm vào nhau.
5. Để chúng trong tủ lạnh ít nhất 20 phút để chúng cứng lại.
6. Khi chúng đã được đặt xong, chúng tôi cuộn từng chiếc bánh quy trong dừa nạo sấy và đặt chúng trở lại khay hoặc khay.
7. Sau đó, việc các viên kẹo nhẹ chạm vào nhau không thành vấn đề.
8. Đặt bánh quy dừa vào tủ lạnh thêm mười phút nữa là có thể ăn được.

19. Keto nấm cục với bơ và sô cô la

Sản phẩm cần thiết

- Bơ - 1 quả chín lớn
- sô cô la trắng - 50 g với steviol
- cỏ ngọt - 2 muỗng canh. tinh thể
- Ca cao - 1 muỗng canh.
- quế - 1 muỗng cà phê.
- Dầu dừa - 3 muỗng canh.
- dừa nạo sấy - 3 muỗng canh.

Phương pháp chuẩn bị

1. Đối với những chiếc kẹo sô cô la này, hãy bào sô cô la và nghiền steviola thành tinh thể.
2. Đun chảy dầu dừa, bóc vỏ và nghiền nhuyễn bơ bằng nĩa, có thể dùng máy xay sinh tố.
3. Rây ca cao và trộn tất cả các thành phần mà không cần cơm dừa nạo sấy.

4. Để hỗn hợp thu được trong tủ lạnh cho đến khi rắn lại.
5. Chúng tôi làm kẹo từ cái này.
6. Chúng tôi cuộn nắm cục keto với bơ và sô cô la trong cơm dừa nạo sấy.

20. Quả chà là và quả việt quất

Sản phẩm cần thiết

- Chà là - 200 g
- Các loại hạt - 85 g
- Việt quất - 50 g sấy khô
- Dừa - 3 muỗng canh.
- Dầu dừa - 1 muỗng canh.

Phương pháp chuẩn bị

1. Cho quả óc chó vào máy xay sinh tố, xay nhuyễn, thêm chà là và xay tiếp.
2. Sau đó, thêm tất cả các thành phần khác cho kẹo tốt cho sức khỏe và trộn cho đến khi hỗn hợp đồng nhất.

3. Dùng tay nặn hỗn hợp thành những quả bóng có quả chà là và quả việt quất. Phục vụ chúng trên một khay.

KẸO TRẺ EM

21. Kẹo bánh quy Nutella

Sản phẩm cần thiết

- sô cô la lỏng - 400 gram Nutella
- Các loại hạt - 250 gram
- Bơ - 250 g
- vani - 4 chiếc.

- Đường cát - 500 g
- Cookies - 2 gói

Phương pháp chuẩn bị

1. Trộn bánh quy với quả óc chó trong máy xay sinh tố. Nên thu được một hỗn hợp mịn - giống như cát.
2. Đun chảy bơ trong nồi cách thủy, để nguội.
3. Cho tất cả các nguyên liệu làm kẹo vào một cái bát sâu và khuấy đều cho đến khi tạo thành một khối bột tương đối mềm.
4. Cho bột vào ngăn đá tủ lạnh khoảng một giờ.
5. Tạo hình những viên kẹo có kích thước bất kỳ, cuộn trong sô cô la lỏng và xếp thành dải giấy.
6. Bánh quy Nutella đã sẵn sàng.

22. Kẹo dẻo tự làm cho bé

Sản phẩm cần thiết

- Compote - 300 ml nước ép (từ quả mơ)
- đường nâu - 4 muỗng canh.
- Gelatin - 3 gói x 10 g
- Nước chanh - một vài giọt

Phương pháp chuẩn bị

1. Đổ nước ép quả mơ đã lọc vào một cái chảo cỡ vừa. Đặt lên bếp để hâm nóng nhưng không đun sôi. Sau đó lấy chảo ra và thêm các gói gelatin.
2. Dùng thìa khuấy đều và để yên trong vài phút cho đến khi gelatin nở ra.

3. Sau đó cho hỗn hợp trở lại bếp trên lửa vừa và khuấy thường xuyên cho đến khi tạo thành một hỗn hợp đồng nhất.
4. Thêm đường nâu và vài giọt chanh (khoảng 1/2 muỗng cà phê).
5. Đổ hỗn hợp thạch và kẹo vào khuôn thích hợp (mình dùng khuôn silicon).
6. Để các dạng đầy đủ trong tủ lạnh cho đến khi gelatin nguội và cứng lại.
7. Làm cho con bạn hạnh phúc với kẹo thạch tự làm cho trẻ em!

23. Bánh quy sô cô la, quả óc chó và dừa

Sản phẩm cần thiết

- Bánh quy - 300 g
- Các loại hạt - 100 g
- Bơ - 100 g
- ca cao - 4 muỗng canh.
- sữa tươi - 150ml
- Đường - 6 muỗng canh.
- Sô cô la - 2 chiếc.
- Quả óc chó - xay
- dừa nạo sấy

Phương pháp chuẩn bị

1. Tôi nghiền một gói bánh quy và bẻ nhỏ gói kia để có những miếng kẹo và quả óc chó được thêm vào.
2. Đun sôi sữa, bơ, ca cao và đường rồi bắc ra khỏi bếp, thêm 1 thanh sô cô la.
3. Khi nó đã nguội, đổ bánh quy lên và trộn đều, đợi mười phút và bắt đầu tạo thành những viên tròn.
4. Sau đó, tôi để nguội trong ngăn mát rồi đổ sô cô la thứ hai đã nấu chảy với một ít nước và trong trường hợp này là cuộn dừa và quả óc chó vào.
5. Các hương vị khác nhau hoặc trái cây sấy khô hoặc các loại hạt khác có thể được thêm vào hỗn hợp.
6. Bánh quy sô cô la, quả óc chó và dừa đã sẵn sàng.

24. Kẹo thạch dễ dàng từ compote

Sản phẩm cần thiết

- nước ép trái cây - 350 ml
- đường - 6 muỗng canh
- gelatin - 50 gam
- nước cốt chanh - 1/2 muỗng cà phê. hoặc axit xitric

Phương pháp chuẩn bị

1. Sử dụng nước ép trái cây mà bạn chọn, trái cây xay nhuyễn hoặc nước ép trái cây. Nếu bạn không thích món tráng miệng quá ngọt, hãy giảm lượng đường xuống 2-3 muỗng canh.
2. Đun nóng nước ép từ hỗn hợp trên bếp điện, bắc ra khỏi bếp và thêm 50 g gelatin.

3. Khuấy đều và để hỗn hợp sang một bên để gelatin nở ra.
4. Khi gelatin nở ra, cho hỗn hợp trở lại bếp và thỉnh thoảng khuấy cho đến khi mịn. Thêm đường và 1/2 muỗng cà phê nước cốt chanh (axit xitric).
5. Đổ tất cả mọi thứ vào bình và đổ hỗn hợp vào khay kẹo / đá viên tự làm.
6. Để kẹo trong ngăn đá tủ lạnh cho cứng lại.
7. Những viên kẹo thạch dẻo dễ dàng đã sẵn sàng.

25. Viên socola nhân cà rốt

Sản phẩm cần thiết

- Bột - 1 1/2 muỗng cà phê.
- Đường - 1 muỗng cà phê.
- Cà rốt - 1 muỗng cà phê. cọ xát
- Quả óc chó - 1/2 muỗng cà phê.
- Vỏ chanh
- Trứng - 2 chiếc.
- Bột nở - 1 chiếc.
- Dầu - 3/4 muỗng cà phê.
- quế - 1 muỗng cà phê.
- sô cô la lỏng - để tráng men
- Bơ mềm - 50 g
- Thạch mơ - 2 - 3 muỗng canh.

Phương pháp chuẩn bị

1. Đánh trứng với đường. Thêm dầu, quế, cà rốt nạo, vỏ chanh và bột mì cùng với bột nở.
2. Khuấy cho đến khi mịn và đổ hỗn hợp vào chảo tráng.
3. Nướng kẹo dẻo trong lò làm nóng trước. Kiểm tra sự sẵn sàng bằng một thanh gỗ.
4. Để bánh mì thành phẩm nguội bớt và bẻ thành vụn. Thêm bơ, quả óc chó thái nhỏ và thạch mơ. Khuấy và tạo thành quả bóng.
5. Nhúng từng muỗng vào sô cô la lỏng và làm nguội kẹo cà rốt.

26. Kẹo dẻo làm từ nước ép nho

Sản phẩm cần thiết

- Nước ép nho - 2 muỗng cà phê nguyên chất không đường
- Đường - 2¼ muỗng cà phê. + 3 muỗng canh. Trắng
- Glucose - ½ giờ H.
- Pectin táo - 2 muỗng canh.

Phương pháp chuẩn bị

1. Tôi bọc đáy khay vuông bằng màng bọc thực phẩm. Trộn 2 muỗng cà phê glucose và đường với nước ép nho trên lửa vừa. Đun sôi hỗn hợp và khuấy cho đến khi đường tan hết.

2. Hỗn hợp nên sôi dễ dàng. Nó muốn trở nên dày hơn. Trộn đường và pectin táo còn lại trong một cái bát.
3. Thêm vào. Muỗng cà phê hỗn hợp ấm và khuấy nhanh. Hỗn hợp mới không được có bất kỳ cục u nào. Tôi đổ nó vào chảo với phần còn lại của hỗn hợp ấm.
4. Đặt nhiệt kế vào chảo và đợi hỗn hợp đạt 118 độ.
5. Từ từ đổ hỗn hợp vào chảo. Tôi đập cái khay xuống quầy để đẩy hết không khí ra khỏi hỗn hợp. Tôi để nó chữa ở nhiệt độ phòng.
6. Ngay sau khi thạch được đặt, lật nó trên một tấm nướng với đường. Cẩn thận cắt thạch thành hình vuông và cuộn kẹo thạch trong đường.

27. Biscuit với sữa đặc và socola

Sản phẩm cần thiết

- Cookies - 200 g ca cao (quê hương)
- Bột zakhar - 1/2 muỗng canh
- Sữa đặc - 150 g
- Bơ - 60 g đun chảy
- Chocolate - 150 g đun chảy để cán
- Hạnh nhân - 100 g thái lát hoặc nghiền nát để rắc

Phương pháp chuẩn bị

1. Nghiền nát bánh quy trong máy xay sinh tố. Đổ chúng vào một cái bát. Thêm đường và trộn đều để hòa quyện.
2. Thêm bơ tan chảy và sữa đặc. Khuấy đều một lần nữa để tạo thành một quả bóng bột.

3. Đậy nắp bát và để trong tủ lạnh khoảng một giờ. Khi bạn hoàn thành, tạo thành những quả bóng nhỏ.
4. Đặt các viên bột trở lại tủ lạnh để cố định vì sức nóng từ tay bạn sẽ khiến bột dính lại.
5. Ngay khi nó được đặt, nhúng sô cô la tan chảy và sắp xếp trên đĩa. Rắc hạnh nhân thái lát hoặc nghiền nát hoặc các loại hạt khác tùy thích.
6. Cho kẹo trở lại tủ lạnh trước khi ăn.

28. Kẹo vùng mật ong

Sản phẩm cần thiết

- tahini - 200 g hạt vùng
- mật ong - 200 g
- vùng

Phương pháp chuẩn bị

1. Trong một cái bát, trộn tahini với mật ong cho đến khi thành một hỗn hợp đồng nhất.
2. Chúng tôi tạo thành những quả bóng mà chúng tôi lăn trong hạt vùng.
3. Hình dạng có thể là sự lựa chọn của bạn.
4. Sắp xếp trong một hộp đựng phù hợp và bảo quản trong tủ lạnh trong 1 giờ.

29. Kẹo mút sô cô la tự làm

Sản phẩm cần thiết

- Socola - 500 g
- sữa tươi - 500 ml
- Vani - 2 bột
- trái tim nhiều màu sắc - 1 gói
- Ca cao - 250 g
- bóng màu - 1 túi

Phương pháp chuẩn bị

1. Làm tan chảy sô cô la trong nồi hơi đôi. Sau đó cho sữa tươi và cacao vào chocolate đun chảy rồi dùng phới lồng khuấy đều.
2. Để hỗn hợp cứng lại trong tủ lạnh trong vài giờ.
3. Khi đã sẵn sàng, hãy nặn những quả bóng ra khỏi khối và cuộn chúng thành những trái tim và quả bóng nhiều màu sắc và dán một cây kẹo mút lên trên.
4. Những chiếc kẹo mút thu được theo cách này có thể ở trong tủ lạnh lâu hơn một chút khi đến tay anh ấy. :)
5. Ăn ngon miệng nhé!

30. Anh đào sô cô la

Sản phẩm cần thiết

- anh đào - 300 g
- đường bột - 2 muỗng cà phê.
- bơ - 6 muỗng canh.
- vani - 1/2 muỗng cà phê.
- sữa tươi - 2 muỗng canh.
- sô cô la đen - 50 g
- sô cô la sữa - 100 g

Phương pháp chuẩn bị

1. Làm tan chảy 3 muỗng canh. bơ và trộn với đường bột, vani và sữa. Nhào hỗn hợp này bằng tay của bạn - bạn sẽ có được bột đường.
2. Chúng tôi rửa sạch quả anh đào và lau khô, để nguyên cả cuống.

3. Lấy một miếng bột đường nhỏ và quấn quanh từng quả anh đào, xếp chúng lên giấy nướng và cho vào ngăn đá tủ lạnh trong 20 phút.
4. Đun chảy hai loại sô cô la cùng với phần bơ còn lại trong nồi cách thủy, không để quá lỏng trong hai phút và đun chảy từng quả anh đào.
5. Sắp xếp lại chúng trên giấy hoặc giấy bạc. Để chúng trong tủ lạnh trong 10 phút để cứng lại và thưởng thức một cách thích thú.

31. Bánh nướng xốp dâu tây

Sản phẩm cần thiết

- Trứng - 2 chiếc.
- Bột mì - 1 muỗng cà phê.
- Tinh bột ngô - 2 muỗng canh.
- Sữa chua đã qua - 20 muỗng canh.
- Dầu - 2 muỗng canh.
- Bột nở - 1 muỗng cà phê.
- Đường - 4 muỗng canh.
- vani - 1 chiếc.
- Quả mọng - 50 g
- sô cô la trắng - 50 g
- lát chanh - 10 chiếc. g
- Kẹo dẻo - sọc xanh
- Thanh sô cô la - 1 muỗng canh.

- Màu bánh kẹo - đỏ

Phương pháp chuẩn bị

1. Đánh trứng với đường. Thêm dầu, sữa đã rây, vani, bột ngô, bột mì và bột nở vào khuấy đều cho đến khi mịn.
2. Làm sạch dâu tây và cắt thành miếng nhỏ. Thêm chúng vào hỗn hợp và khuấy đều.
3. Đối với hình dạng của quả dâu tây, chúng ta cần hộp thiếc muffin silicone tròn. Chúng tôi sắp xếp các hình trong một khay tròn gần nhau trong một vòng tròn. Chúng nên được ép lại với nhau, thay đổi hình dạng từ tròn sang hẹp ở phần trung tâm của khay và sao cho giống với dâu tây.
4. Đổ hỗn hợp vào khuôn và nướng trong lò nướng vừa phải. Chúng tôi để chúng nguội trong khuôn silicon và trong chảo mà không lấy chúng ra và di chuyển chúng.
5. Trộn mì thạch và sô cô la trắng vụn trong một cái bát. Đun nóng trong lò vi sóng trong vài giây. Khuấy lại và đun nóng cho đến khi tạo thành chất lỏng đặc. Thêm một giọt màu kẹo đỏ và trộn cho đến khi màu đều.
6. Lấy những chiếc bánh cupcake đã nguội ra giá đỡ và đổ chất lỏng thạch lên trên chúng.

Chúng tôi thu thập những gì đã chảy ra từ bên dưới bằng thìa và đổ nó lên từng chiếc bánh nướng nhỏ.

7. Để men cứng lại và trang trí, tạo thành những cuống dâu tây từ những dải thạch màu xanh lá cây và rắc những thanh sô cô la để mô phỏng hạt hướng dương.

32. Kẹo bí ngô

Sản phẩm cần thiết

- Bí đỏ - 500 g
- Bánh quy - 300 g, bơ
- Đường cát - 100 g
- Dầu - 60 g
- Các loại hạt - 50 g
- Kẹo mềm - Xanh lá

Phương pháp chuẩn bị

1. Đặt bí ngô vào chảo và nướng ở 200 độ trong khoảng 35-40 phút hoặc cho đến khi mềm. Nghiền quả óc chó và bánh quy trong máy xay thực phẩm.

2. Khi bí ngô đã nguội, thêm quả óc chó và bánh quy đã xay vào. Thêm đường, bơ, quế và trộn đều.
3. Hãy để nó đặt trong tủ lạnh. Sau đó tạo hình những quả bóng nhỏ và dùng tăm để bắt chước các đường viền được mô phỏng trên quả bí ngô.
4. Làm thân cây bí ngô từ kẹo mềm màu xanh lá cây. Bỏ chúng vào sọt rác và cho vào tủ lạnh.
5. Nếu bí ngô chưa đủ vàng, bạn có thể thêm màu cam vô hại vào.

33. Giọt bánh quy và kẹo mút

Sản phẩm cần thiết

- Bánh quy - 400 g bữa sáng (50:50 trắng và nâu)
- Quả óc chó - xay 150 g
- sữa tươi - 150 ml (thêm bớt nếu cần)
- Đường bột - 1 muỗng cà phê.
- Dầu - 1/2 gói. bò cái

để trang trí

- dừa
- ca cao
- vừng
- Kẹo gậy - đầy màu sắc
- thanh sô cô la

- sô cô la trắng - cho kẹo mút

Phương pháp chuẩn bị

1. Nghiền bánh quy bằng cây cán bột, sau đó thêm đường, quả óc chó và bơ.
2. Cuối cùng, tôi thêm sữa tươi và xác định lượng dựa trên thời gian cần thiết để tạo ra một khối bột mềm nhưng không quá dính.
3. Mình cho vào tủ lạnh một lúc để nó cứng lại và viên dễ tạo hình hơn.
4. Khi các quả bóng đã được tạo hình, bạn có thể nhúng chúng vào sô cô la hoặc lăn vào bất cứ thứ gì bạn đã chuẩn bị để trang trí.

34. Bánh quy viên quế

Sản phẩm cần thiết

- bột mì - 2 muỗng cà phê.
- trứng - 2 chiếc.
- đường - 1 muỗng cà phê. + 2 muỗng canh.
- kem - ½ muỗng cà phê, bột chua
- tinh bột - 1 muỗng cà phê, lúa mì
- soda - 1 muỗng cà phê
- giấm - 1 muỗng cà phê.
- quế - 1 muỗng canh.

Phương pháp chuẩn bị

1. Trong một cái bát, đánh trứng với đường, thêm kem và bơ mềm.
2. Trộn giấm và soda và thêm vào bát.
3. Dần dần thêm tinh bột trộn với bột.

4. Nhào bột và nặn thành miếng thuôn dài. Chúng tôi cắt chúng thành lát, từ đó chúng tôi tạo thành những quả bóng.
5. Trộn 2 muỗng canh. đường và quế.
6. Lăn từng quả bóng trong hỗn hợp này, xếp vào chảo có lót giấy nướng và nướng ở 180 độ cho đến khi có màu hồng.

35. Quả bóng sô cô la với phô mai và quả óc chó

Sản phẩm cần thiết

- Phô mai que - 400 g
- Cookies - 200 g mềm
- Sữa chua - 5 muỗng canh.
- Quả óc chó - 100 g xay thô
- Đường - 1/2 muỗng cà phê.
- ca cao - 3 muỗng canh. phủi bụi
- vani - 1 chiếc.
- Socola - 200 g
- Bơ - 4 muỗng canh.

Phương pháp chuẩn bị

1. Các cookie được nghiền thành bột. Trộn quark, đường, sữa chua, vani và ca cao với nhau.
2. Thêm quả óc chó và bánh quy và trộn mọi thứ lại với nhau. Nếu cần, hãy thêm nhiều bánh quy và quả óc chó. Viên thành những viên tròn rồi cho vào ngăn đá tủ lạnh 30 phút.
3. Làm men bằng cách bẻ vụn sô cô la và đun chảy với bơ trong nồi đun đôi. Làm tan chảy các viên bi trong men và để chúng nghỉ trong tủ lạnh trong 30 phút.

36. Kẹo thạch dâu tây

Sản phẩm cần thiết

- Nước ép quả mọng - 10 muỗng canh.
- Đường - 200 g
- Nước cốt chanh - 2 muỗng canh.
- Bột ngọt - 12g
- Đường bột - 4 muỗng canh.

Phương pháp chuẩn bị

1. Gelatin ngâm nước sôi để nguội.
2. Nước dâu trộn với đường và nước cốt chanh rồi đun sôi. Để sôi trong năm phút, tắt lửa, thêm gelatin đã ráo nước và trộn mọi thứ lại với nhau.

3. Đổ hỗn hợp vào khay làm đá và để trong tủ lạnh 3 tiếng.
4. Lấy kẹo ra khỏi khuôn và rắc đường bột.

37. Kẹo chuối socola

Sản phẩm cần thiết

- chuối - 2 chiếc.
- sô cô la - 50 g

Phương pháp chuẩn bị

1. Gọt vỏ chuối, nạo và cắt thành những khoanh tròn dày 2 cm.
2. Đun chảy sô cô la trong nồi cách thủy và đổ lên các lát chuối.
3. Bày ra đĩa và dùng sau khi chocolate đông lại. Bảo quản trong tủ lạnh.

38. Kẹo phô mai Nga

Sản phẩm cần thiết

- Phô mai que - 300 g
- Các loại hạt - 50 g
- Cookies - 150 g mềm
- Đường - 3 muỗng canh.
- vani - 1 chiếc.

CHO LĂN

- Socola - 50 g
- quế - 1/2 muỗng cà phê.
- Ca cao - 1/2 muỗng cà phê. phủi bụi

phương pháp chuẩn bị

1. Sữa đông được chà qua rây hoặc nghiền bằng nĩa. Trộn với đường và vani, thêm bánh quy

nghiền và quả óc chó xay và trộn mọi thứ lại với nhau.
2. Kẹo tròn được hình thành. Hình bầu dục trong bột sô cô la, quế và ca cao nghiền để tạo ra các loại và hương vị kẹo khác nhau. Để trong tủ lạnh trong 1 giờ.

39. Bom dừa hữu ích

Sản phẩm cần thiết

- dừa - 1 muỗng cà phê. nạo
- quả việt quất - 1 muỗng cà phê. đỏ (khô)
- nho khô - 1 muỗng cà phê.
- đậu phộng - 1 muỗng cà phê. thô
- bơ - 1 gói bò
- mật ong - 4 muỗng canh.

Phương pháp chuẩn bị

1. Cho nửa quả dừa, việt quất, nho khô và đậu phộng vào cối xay nhỏ. Xay mọi thứ rất tốt.
2. Đun nóng dầu trong nồi cách thủy và thêm dầu vào hỗn hợp thu được. Thêm mật ong.
3. Khuấy một lần nữa và làm lạnh trong 30 phút. Lấy hỗn hợp đã để nguội.

4. Tạo thành những quả bóng nhỏ bằng thìa. Lăn những viên kẹo thu được trong quả dừa còn lại và để chúng ở nơi thoáng mát trong vài giờ.

40. Kẹo

Sản phẩm cần thiết

- sô cô la - 100 g
- anh đào - ngâm trong rượu mùi

Phương pháp chuẩn bị

1. Đun chảy sô cô la trong nồi cách thủy rồi cho vào khuôn kẹo - cho vào mỗi khuôn một miếng nhỏ sô cô la, đặt quả anh đào lên trên và đổ cho đến khi đầy khuôn.
2. Cho kẹo vào ngăn đá tủ lạnh khoảng 2 tiếng.

KẸO LÀNH MẠNH

41. Sôcôla tốt cho sức khỏe

Sản phẩm cần thiết

- Chà là - 30 miếng (khoảng 200 g) đã loại bỏ hạt, một loại không đường
- bơ đậu phộng - 5 muỗng canh. không đường
- sô cô la đen - 70 g
- Ca cao - 2 muỗng canh.
- dừa nạo sấy - 3 muỗng canh. để cuộn

Phương pháp chuẩn bị

1. Cho tất cả các nguyên liệu ngoại trừ dừa nạo sấy vào máy trộn hoặc máy cắt mạnh và xay nhuyễn cho đến khi tạo thành một khối mịn như nhung (khoảng 5 phút).
2. Tạo hình kẹo theo kích thước mong muốn và cuộn trong dừa nạo sấy.
3. Cho vào ngăn mát tủ lạnh 1 tiếng là xong.
4. Sôcôla tốt cho sức khỏe đã sẵn sàng.

42. Bữa tiệc socola hạnh nhân

Sản phẩm cần thiết

- Hạnh nhân - 200 g thô
- ca cao - 3 muỗng canh.
- Socola - 100 g tự nhiên

Phương pháp chuẩn bị

1. Ngâm hạnh nhân trong nước ấm để chúng nở ra.
2. Gọt vỏ và xay một quả bí ngô và ép lấy nước.
3. Để khô trong 30 phút ở 100°C.
4. Làm tan chảy sô cô la trong nồi hơi đôi.
5. Nhúng hạnh nhân vào đó và cuối cùng lăn chúng trong ca cao.
6. Để kẹo tự làm trong khay và phục vụ chúng cho khách của bạn.

7. Bữa tiệc sô cô la hạnh nhân rất ngon.

43. Tự làm kẹo tốt cho sức khỏe với hạt dẻ

Sản phẩm cần thiết

- Hạt dẻ - khoảng 350 g
- Chà là - 200 g
- Nho khô - 150 g đen
- Dầu dừa
- Mảnh ngô - khoảng. 150 g
- Ca cao - để cuộn
- Hạt gai dầu - bóc vỏ, cuộn

Phương pháp chuẩn bị

1. Hạt dẻ luộc (làm sạch bên trong không có vảy) khoảng. 300-350 g, ngâm nước 1 ngày với khoảng. 200 g chà là (đọ sức) và 150 g nho khô đen (và trắng).

2. Bạn cũng sẽ cần một ít dầu hạt lanh hoặc dầu dừa, bột ngô (không đường), khoảng. 150 g.
3. Tôi xay các mảnh trong máy xay sinh tố. Sau đó, tôi cho chà là và nho khô cùng với nước vào máy xay sinh tố.
4. Tôi cũng đã thêm chất béo yêu thích của mình (không nhiều). Tôi nhào một thứ gì đó như bột, nếu khó tôi thêm một chút nước.
5. Tôi để nó trong tủ lạnh. Sau 4 giờ, tôi tạo hình kẹo tự làm.
6. Sau đó, tôi cuộn một nửa số kẹo thuần chay trong ca cao và một nửa số còn lại trong hạt gai dầu đã bóc vỏ và bạn sẽ có được những viên kẹo tự làm thơm ngon tốt cho sức khỏe với hạt dẻ.

44. Kẹo tốt cho sức khỏe với quả chà là và quả óc chó

Sản phẩm cần thiết

- Chà là - 1 hộp tự nhiên
- Quả óc chó - 500 g vỡ
- Vỏ chanh
- vỏ cam
- Ca cao - 1 muỗng canh tất nhiên
- Cơm dừa nạo sấy - 150 g

Phương pháp chuẩn bị

1. Chà là tự nhiên được làm sạch đá và đổ vào bộ xử lý thực phẩm. Thêm quả óc chó bị hỏng. Xay thành hỗn hợp đồng nhất.

2. Hỗn hợp thu được được chia thành năm phần bằng nhau và đặt trong bát. Vỏ chanh trong một vỉ.
3. Khuấy bằng tay để trộn vỏ chanh. Cho vỏ cam vào bát thứ hai.
4. Trong hỗn hợp thứ ba, ca cao được thêm vào, trong hỗn hợp thứ tư, một thìa cà phê dừa nạo sấy và hỗn hợp cuối cùng không có gì - tất nhiên. Tất cả các hỗn hợp được khuấy để phân phối các sản phẩm được thêm vào.
5. Lấy một ít hỗn hợp thu được và tạo thành những quả bóng.
6. Từng viên kẹo được cuộn trong dừa nạo sấy.
7. Kẹo tốt cho sức khỏe với quả chà là và quả óc chó đã sẵn sàng.

45. Quả bóng protein ca cao

Sản phẩm cần thiết

- Whey protein - 2 muỗng canh, phủi bụi
- Ca cao - 2 muỗng canh.
- Chà là - 200 g, bỏ hột
- Hạnh nhân - 85 g
- Dầu dừa - 2 muỗng canh.
- Nước - 1 muỗng canh.

Phương pháp chuẩn bị

1. Cho tất cả các nguyên liệu vào máy xay sinh tố và trộn trong 2-3 phút cho đến khi tạo thành một khối đồng nhất.
2. Làm kẹo từ hỗn hợp.
3. Các quả bóng protein ca cao đã sẵn sàng.

46. Viên đạm dừa

Sản phẩm cần thiết

- Bột whey protein - 2 muỗng canh
- Nước cốt dừa - 1/2 cốc
- Bột cốt dừa - 2 chén + để cuốn

Phương pháp chuẩn bị

1. Cho lòng trắng trứng, nước cốt dừa và bột mì vào máy xay sinh tố.
2. Trộn trong 1 phút cho đến khi tất cả các thành phần được trộn đều.
3. Làm đồ ngọt.
4. Lăn các viên protein dừa trong bột dừa và bạn đã hoàn thành.
5. Quả bóng protein dừa rất ngon!

47. Giọt protein đơn giản

Sản phẩm cần thiết

- dầu hạnh nhân - 2 muỗng canh. Một cách tự nhiên
- Protein - 30 g tùy chọn (vani, sô cô la)
- dừa nạo sấy - 2 muỗng canh. không đường + 1 muỗng canh. để cuộn
- quế
- Nước ép táo - 2 muỗng canh. không đường
- Ca cao - 1 muỗng canh.
- Hạnh nhân - 1/2.k.ch. nghiền
- Quả óc chó - mục đích trang trí
- Dầu dừa

Phương pháp chuẩn bị

1. Trộn tất cả các thành phần không có quế và 1 muỗng canh. Dừa nạo và trộn đều.
2. Với sự trợ giúp của bàn tay bôi dầu dừa, chúng tôi tạo thành những quả bóng.
3. Khi đã tạo hình xong, chúng ta lăn qua hỗn hợp dừa nạo sấy và bột quế.
4. Trang trí mặt trên của gà với quả óc chó.
5. Cho kẹo vào tủ lạnh 30 phút.
6. Kẹo protein dễ dàng đã sẵn sàng.

48. Kẹo năng lượng

Sản phẩm cần thiết

- Niềm vui của Thổ Nhĩ Kỳ - 3 chiếc.
- Các loại hạt - 1/2 muỗng cà phê.
- Nho khô - 1 nắm
- Hạnh nhân - 1/2 muỗng cà phê.
- Chà là - 100 g loại bỏ hạt
- Cơm dừa nạo sấy - cuốn

Phương pháp chuẩn bị

1. Ngâm chà là và nho khô trong một bát nước nhỏ trong 10 phút.
2. Trong máy xay hoặc máy xay thực phẩm, chúng tôi xay chà là và nho khô đã loại bỏ

nước, món ăn Thổ Nhĩ Kỳ thái lát, hạnh nhân và quả óc chó.

3. Thu được một hỗn hợp đặc sệt giống như bột đặc.
4. Từ hỗn hợp này, chúng ta dùng tay nặn những viên kẹo tròn nhỏ.
5. Lăn từng viên kẹo qua dừa nạo sấy.
6. Để chúng cứng lại trong tủ lạnh trong vài giờ.
7. Khoảng 12 viên kẹo năng lượng thu được từ số tiền này.

49. Kẹo protein với quả chà là

Sản phẩm cần thiết

- Kẹo cao su châu chấu - 1 muỗng canh.
- Các loại hạt - 50 g
- Bánh bột ngô - 2 nắm
- Chà là - 5 - 6 miếng.
- Chất đạm - 1 muỗng canh. phủi bụi
- Nước - 50 ml
- Cơm dừa nạo sấy - cuốn

Phương pháp chuẩn bị

1. Nghiền quả óc chó và bột ngô rồi cho vào bát.

2. Thêm bột rozhkov, bột protein và chà là thái nhỏ.
3. Thêm nước và trộn đều. Tạo hình kẹo protein có kích thước bằng quả óc chó và cuộn chúng trong dừa nạo sấy và có thể là ca cao.
4. Để kẹo đông lại một chút trong tủ lạnh.
5. Hãy vui vẻ với những đồ ngọt protein với quả chà là!

50. Kẹo protein với phô mai và dừa nạo

Sản phẩm cần thiết

- Phô mai tươi - 100 g nạc
- Protein - 20 g với hương vani
- Cám yến mạch - 20 g
- Mật ong - 10 g
- Sô cô la - 10 g tự nhiên
- dừa - để cuộn

Phương pháp chuẩn bị

1. Nướng sô cô la trên một vắt thô.
2. Chúng tôi đặt tất cả các sản phẩm vào một cái bát sâu.
3. Chúng tôi trộn tất cả mọi thứ tốt.

4. Chúng tôi tạo thành những quả bóng có kích thước bằng quả óc chó.
5. Lăn kẹo đã hoàn thành trong dừa nạo sấy.
6. Đặt trên một tấm và thư giãn trong 30 phút.
7. Kẹo protein với phô mai và dừa nạo sấy đã sẵn sàng.

51. Kẹo hạnh nhân giòn

Sản phẩm cần thiết

- hạnh nhân - 50 g
- dầu hạnh nhân - 50 g giòn (hoặc loại thường)
- xi-rô cây thùa - 30 g (chất tạo ngọt tùy chọn)
- tảo xoắn xanh - 2 muỗng cà phê. (có thể bỏ qua)

Phương pháp chuẩn bị

1. Xay hạnh nhân trong máy xay sinh tố.
2. Đổ chúng vào một cái bát, thêm các sản phẩm còn lại và trộn đều.
3. Từ hỗn hợp thu được, bạn tạo thành những viên kẹo hữu ích và để chúng trong ngăn đá tủ lạnh trong khoảng. 30 phút để thắt chặt.

4. Sau đó lấy ra và vụn kẹo hạnh nhân đã sẵn sàng.

52. Kẹo socola trắng và hạnh nhân

Sản phẩm cần thiết

- Bơ ca cao - 30 g
- Nước cốt dừa - 20g bột
- Siro cây thùa - 15 ml
- Hạnh nhân - 10 g

Phương pháp chuẩn bị

1. Đun chảy bơ ca cao trong bồn nước.
2. Chuyển sang một cái bát, thêm nước cốt dừa và xi-rô cây thùa và khuấy đều.
3. Cắt hạnh nhân thành miếng và thêm chúng.
4. Khuấy lại và chia hỗn hợp thu được vào các hộp kẹo.

5. Để kẹo trong tủ đá cho đến khi chúng cứng lại.
6. Sau đó, bạn cẩn thận lấy chúng ra và chúng sẵn sàng phục vụ.
7. Sô cô la trắng và kẹo hạnh nhân thật tuyệt!

53. Sôcôla có nhân

Sản phẩm cần thiết

- Bơ ca cao - 20 g
- Dầu dừa - 20 g
- Ca cao - 15 g
- Xi-rô cây thùa - 30 ml (hoặc chất làm ngọt khác mà bạn chọn)
- Bơ đậu phộng - hoặc tahini để làm nhân

Phương pháp chuẩn bị

1. Đun chảy bơ ca cao trong bồn nước.
2. Đổ nó vào một cái bát, thêm các sản phẩm còn lại và trộn đều.
3. Đổ đến một nửa hỗn hợp vào lọ kẹo.
4. Thêm một ít bơ hoặc tahini và đổ đầy hỗn hợp sô cô la còn lại.

5. Đặt kẹo hữu ích để đặt trong khoảng 30-40 phút.
6. Sau đó loại bỏ pralines cùng với nhân và phục vụ.

54. Kẹo socola có chà là

Sản phẩm cần thiết

- chà là - 55 g
- sô cô la - 55 g
- protein - 1 lon (25 g; hoặc ca cao + chất làm ngọt)
- dầu hạt phỉ - 25 g (dầu khác hoặc tahini)

Phương pháp chuẩn bị

1. Đầu tiên xay chà là trong máy xay sinh tố (thêm một ít nước nếu cần).
2. Đổ chúng vào một cái bát.
3. Làm tan chảy sô cô la trong nồi cách thủy và thêm nó vào quả chà là cùng với các sản phẩm khác.
4. Trộn đều cho đến khi bạn có được một hỗn hợp đồng nhất, từ đó bạn có thể dùng tay tạo thành những viên kẹo thô.

5. Cho kẹo socola nhân chà là vào tủ lạnh khoảng 1 tiếng cho kẹo cứng lại.

55. Gà kẹo bí ngô

Sản phẩm cần thiết

- Bí đỏ rang 150 g
- Phô mai - 150 g bánh kẹo (hoặc thường)
- Kem dừa - 30 g (hoặc kem dừa hoặc bơ)
- Chất làm ngọt - để hương vị
- Cơm dừa nạo sấy - cuốn

Phương pháp chuẩn bị

1. Đối với những con gà hữu ích này, hãy nghiền bí ngô đã rang sẵn trong bát.
2. Thêm các sản phẩm còn lại và trộn đều.
3. Định hình khối thành kẹo dừa và cuộn chúng trong cơm dừa nạo sấy.

4. Để kẹo bí ngô Kokoski trong tủ lạnh vài giờ rồi dùng.

56. Sôcôla vị hạnh nhân

Sản phẩm cần thiết

- Anh đào - 50 g khô
- Hạt phỉ - 50 g rang (hoặc sống)
- Tahini hạt phỉ - 30 g
- Dầu dừa - 20 g
- Cơm dừa nạo sấy - 15 g
- Xi-rô cây thùa - 35 ml (hoặc chất làm ngọt khác nếu muốn)
- tinh chất hạnh nhân
- Socola - 40 g (cuốn)

Phương pháp chuẩn bị

1. Trộn tất cả các sản phẩm không có sô cô la và cơm dừa nạo sấy trong máy trộn và xay nhuyễn thành một khối đồng nhất.
2. Thêm dừa nạo sấy và khuấy đều.

3. Từ hỗn hợp thu được, bạn tạo thành những viên kẹo mà bạn để trong tủ lạnh trong vài giờ.
4. Sau đó đun chảy sô cô la trong nồi hơi đôi và kẹo hạnh nhân hình bầu dục đã cứng bằng một cái muỗng.
5. Để ráo sô cô la và đặt sô cô la có hương vị hạnh nhân trở lại tủ lạnh để làm cứng lại.

57. Kẹo đậu phộng sống với phô mai

Sản phẩm cần thiết

- Các loại hạt - 100 g hỗn hợp thô (đậu phộng, hạnh nhân, hạt điều) và nho khô
- Phô mai - 100 g bánh kẹo (hoặc tự nhiên)
- Bơ đậu phộng - 35 g với đậu phộng miếng
- Stevia - hoặc bất kỳ chất làm ngọt nào khác mà bạn chọn
- Đậu phộng - (hoặc các loại hạt khác) để cuộn

Phương pháp chuẩn bị

1. Nghiền hỗn hợp các loại hạt và nho khô trong máy xay sinh tố cho những viên kẹo thô này.
2. Đổ nó vào một cái bát và thêm các sản phẩm còn lại.

3. Trộn đều và hỗn hợp thu được ở dạng kẹo.
4. Cuộn đậu phộng đã xay sẵn lại và để kẹo đậu phộng sống với phô mai trong tủ lạnh trong vài giờ.

58. Kẹo tự làm với ba thành phần

Sản phẩm cần thiết

- Kem phô mai - 125 g
- mè tahini - 3 muỗng canh.
- dừa nạo sấy - 4 muỗng canh.
- hạnh nhân thô - 100 g

Phương pháp chuẩn bị

1. Kem phô mai được đánh bằng máy trộn cơ thể. Thêm mè tahini và chỉ hai thìa dừa nạo. Với phần cơm dừa nạo sấy còn lại, chúng ta cuộn những viên kẹo tự làm thơm ngon.
2. Trộn ba thành phần cho kẹo tốt cho sức khỏe bằng thìa.
3. Những viên kẹo được tạo hình thành những quả bóng.

4. Nghiền hạnh nhân thô trong máy xay sinh tố.
5. Những viên kẹo có hình dạng được cuộn trong phần dừa nạo sấy còn lại và hạnh nhân xay thô.
6. Bạn có thể ăn kẹo ba thành phần tự làm một cách an toàn nếu quan sát dáng người của mình.

59. Kẹo không đường thơm ngon

Sản phẩm cần thiết

- từ sừng - 50 g
- phô mai kem - 160 g
- mật ong - 30 g
- bơ bò - 100 g
- quả óc chó - 100 gram để cán
- bào dừa - tùy chọn
- que đường - tùy chọn

Phương pháp chuẩn bị

1. Cho kem phô mai, bột châu chấu và mật ong vào tô, khuấy đều.

2. Đun chảy bơ trong nồi cách thủy và thêm bơ vào các nguyên liệu khác. Trộn đều cho đến khi thu được hỗn hợp đồng nhất mịn.
3. Cho hỗn hợp vào tủ lạnh khoảng 1 tiếng cho cứng lại.
4. Lấy ra và nặn thành những viên tròn, sau đó lăn đều trong quả óc chó đã xay. Nếu muốn, bạn có thể cuộn chúng trong dừa bào hoặc que đường.
5. Khoảng 24-26 kẹo ra khỏi hỗn hợp này. Nếu bạn không thích mật ong trong công thức, nó có thể được thay thế bằng quả chà là. Nghiền một vài quả chà là để nếm trong máy xay sinh tố và thêm vào công thức thay vì mật ong.
6. Bảo quản những viên kẹo không đường thơm ngon này trong tủ lạnh!
7. Ăn ngon miệng nhé!

60. Chà là sống và kẹo chuối

Sản phẩm cần thiết

- Các loại hạt - 45 g
- Bột yến mạch - 30 g
- Chà là - 50 g
- Charlatan - 1 muỗng canh.
- Chuối - 1 chiếc.
- từ sừng - 10 g
- quế
- Cơm dừa nạo sấy - 1 gói

Phương pháp chuẩn bị

1. Tất cả mọi thứ được trộn lẫn.
2. Từ hỗn hợp đồng nhất thu được cho kẹo và quả bóng được hình thành.

3. Tất cả kẹo chuối và chà là đều được cuộn trong cơm dừa nạo sấy.

KẸO ĐẠM

61. Quả bóng protein ca cao

Sản phẩm cần thiết

- Whey protein - 2 muỗng canh, phủi bụi
- Ca cao - 2 muỗng canh.
- Chà là - 200 g, bỏ hột
- Hạnh nhân - 85 g
- Dầu dừa - 2 muỗng canh.
- Nước - 1 muỗng canh.

Phương pháp chuẩn bị

1. Cho tất cả các nguyên liệu vào máy xay sinh tố và trộn trong 2-3 phút cho đến khi tạo thành một khối đồng nhất.
2. Làm kẹo từ hỗn hợp.

3. Các quả bóng protein ca cao đã sẵn sàng.

62. Viên đạm dừa

Sản phẩm cần thiết

- Bột whey protein - 2 muỗng canh
- Nước cốt dừa - 1/2 cốc
- Bột cốt dừa - 2 chén + để cuốn

Phương pháp chuẩn bị

1. Cho lòng trắng trứng, nước cốt dừa và bột mì vào máy xay sinh tố.
2. Trộn trong 1 phút cho đến khi tất cả các thành phần được trộn đều.
3. Làm đồ ngọt.
4. Lăn các viên protein dừa trong bột dừa và bạn đã hoàn thành.
5. Quả bóng protein dừa rất ngon!

63. Quả bóng protein hạnh nhân

Sản phẩm cần thiết

- Bột whey protein - 2 muỗng canh.
- Bột hạnh nhân - 1 chén
- Chà là - 200 g, bỏ hột
- Dầu dừa - 2 muỗng canh.
- Nước - 1 muỗng canh, khi cần

Phương pháp chuẩn bị

1. Cho bột whey, bột hạnh nhân vào máy xay sinh tố hoặc nếu không có bột hạnh nhân thì lấy hạnh nhân thô xay nhuyễn, chà là, dầu dừa.
2. Trộn trong 2-3 phút. Làm kẹo từ hỗn hợp.
3. Quả bóng protein hạnh nhân đã sẵn sàng.

64. Viên đạm dừa

Sản phẩm cần thiết

- Bột whey protein - 2 muỗng canh
- Nước cốt dừa - 1/2 cốc
- Bột cốt dừa - 2 chén + để cuốn

Phương pháp chuẩn bị

1. Cho lòng trắng trứng, nước cốt dừa và bột mì vào máy xay sinh tố.
2. Trộn trong 1 phút cho đến khi tất cả các thành phần được trộn đều.
3. Làm đồ ngọt.
4. Lăn các viên protein dừa trong bột dừa và bạn đã hoàn thành.
5. Quả bóng protein dừa rất ngon!

65. Giọt protein đơn giản

Sản phẩm cần thiết

- dầu hạnh nhân - 2 muỗng canh. Một cách tự nhiên
- Protein - 30 g tùy chọn (vani, sô cô la)
- dừa nạo sấy - 2 muỗng canh. không đường + 1 muỗng canh. để cuộn
- quế
- Nước ép táo - 2 muỗng canh. không đường
- Ca cao - 1 muỗng canh.
- Hạnh nhân - 1/2.k.ch. nghiền
- Quả óc chó - mục đích trang trí
- Dầu dừa

Phương pháp chuẩn bị

1. Trộn tất cả các thành phần không có quế và 1 muỗng canh. Dừa nạo và trộn đều.
2. Với sự trợ giúp của bàn tay bôi dầu dừa, chúng tôi tạo thành những quả bóng.
3. Khi đã tạo hình xong, chúng ta lăn qua hỗn hợp dừa nạo sấy và bột quế.
4. Trang trí mặt trên của gà với quả óc chó.
5. Cho kẹo vào tủ lạnh 30 phút.
6. Kẹo protein dễ dàng đã sẵn sàng.

66. Kẹo protein dễ dàng

Sản phẩm cần thiết

- dầu hạnh nhân - 2 muỗng canh. một cách tự nhiên
- protein - 30 g tùy chọn (vani, sô cô la)
- dừa bào - 2 muỗng canh. không đường + 1 muỗng canh. để cán
- Quế
- nước ép táo - 2 muỗng canh. không đường
- ca cao - 1 muỗng canh.
- hạnh nhân - 1/2.k.ch. nghiền
- quả óc chó - mục đích trang trí
- dầu dừa

Phương pháp chuẩn bị

1. Trộn tất cả các thành phần không có quế và 1 muỗng canh. bào dừa và trộn đều.

2. Chúng tôi tạo thành những quả bóng với sự trợ giúp của bàn tay bôi dầu dừa.
3. Khi chúng ta đã tạo hình xong, hãy cuộn chúng trong hỗn hợp dừa bào và quế.
4. Trang trí những con gà với quả óc chó lên trên.
5. Cho kẹo vào tủ lạnh 30 phút.
6. Kẹo Protein dễ dàng đã sẵn sàng.

67. Kẹo protein với quả chà là

Sản phẩm cần thiết

- từ sừng - 1 muỗng canh
- Các loại hạt - 50 g
- Bánh bột ngô - 2 nắm
- Chà là - 5 - 6 miếng.
- Chất đạm - 1 muỗng canh. phủi bụi
- Nước - 50 ml
- Cơm dừa nạo sấy - cuốn

Phương pháp chuẩn bị

1. Nghiền quả óc chó và bột ngô rồi cho vào bát.
2. Thêm bột rozhkov, bột protein và chà là thái nhỏ.

3. Thêm nước và trộn đều. Tạo hình kẹo protein có kích thước bằng quả óc chó và cuộn chúng trong dừa nạo sấy và có thể là ca cao.
4. Để kẹo đông lại một chút trong tủ lạnh.
5. Hãy vui vẻ với những đồ ngọt protein với quả chà là!

68. Kẹo protein với bột yến mạch

Sản phẩm cần thiết

- bột yến mạch - 1 muỗng cà phê.
- Mật ong - 1 muỗng canh. dịch
- Ngày - 6 đọ sức
- mè - để cuộn

Phương pháp chuẩn bị

1. Cho tất cả nguyên liệu vào máy xay sinh tố không có hạt vừng.
2. Trộn cho đến khi một bột dính được hình thành.
3. Sau khi lấy hỗn hợp ra và dùng tay tạo hình kẹo protein có kích thước bằng quả óc chó.
4. Sau khi hoàn thành, cuộn hạt mè lại.

5. Sắp xếp ra đĩa và để nguội trong ít nhất một giờ, sau đó phục vụ đồ ngọt protein với bột yến mạch.

69. Kẹo protein tự làm với các loại hạt

Sản phẩm cần thiết

- ngày - 2 không tay đọ sức
- mè tahini - 2 muỗng canh.
- ca cao - 1 muỗng canh.
- mật ong - 2 muỗng canh.
- gạo - 2 muỗng canh. chất đạm
- dầu dừa - 2 muỗng canh.
- hạnh nhân - 1 nắm đất
- quả phỉ - 1 nắm đất

để cán

- các loại hạt - 4 muỗng canh. đất
- hạt vừng - 2 muỗng canh.
- hạt gai dầu - 3 muỗng canh.

Phương pháp chuẩn bị

1. Cho quả chà là, hạnh nhân và quả phỉ vào máy xay sinh tố.
2. Thêm vừng tahini, mật ong, dầu dừa (đun chảy), ca cao và protein gạo.
3. Từ hỗn hợp thu được, bạn làm kẹo.
4. Chia các miếng thành ba phần và cuộn kẹo protein tự làm với các loại hạt thuộc ba loại hạt: quả óc chó xay, vừng và hạt gai dầu.

70. Kẹo protein dừa và chuối

Sản phẩm cần thiết

- Hạnh nhân - 100 g
- Chà là - 100 g
- Chuối - 1/2 chiếc.
- bơ đậu phộng - 2 muỗng canh.
- vani - 1 chiếc.
- sol
- của ai - 15 g (tùy chọn)
- dừa nạo sấy - 2 muỗng canh.

Phương pháp chuẩn bị

1. Hạnh nhân và chà là (rỗ) được nghiền. Nó trở thành một ổ bánh mì dính làm lớp nền cho bánh pho mát. Đổ ra đĩa phẳng hoặc chảo nhỏ

rồi dùng tay ấn xuống để tạo thành một lớp đáy mỏng.
2. Nghiền chuối với bơ đậu phộng, dừa nạo sấy và cơm dừa nạo sấy. Thêm một gói vani và một chút muối biển. Trải trên khay hạnh nhân. Cho vào ngăn đá tủ lạnh 20-25 phút.
3. Chúng tôi lấy nó ra để cắt. Rắc dừa nạo sấy và cho vào ngăn đá tủ lạnh để lâu. Chúng tôi trượt kẹo vào tủ lạnh và thưởng thức chúng ướp lạnh.
4. 20 viên kẹo nhỏ thu được từ các tỷ lệ này.

KẸO NGUYÊN

71. Kẹo thô dành cho người tiểu đường

Sản phẩm cần thiết

- Chà là - 300 gram đọ sức
- dừa nạo sấy
- Nho khô - 200 g
- Mận khô - 150 g (đã bỏ hột)
- Ca cao - tất nhiên
- Rượu rum - 1 muỗng cà phê

Phương pháp chuẩn bị

1. Cắt mận và chà là. Thêm nho khô và cho mọi thứ vào máy xay sinh tố. Nghiền cho đến khi tạo thành hỗn hợp dính.

2. Chuyển sang một cái bát và đổ rượu rum lên trên.
3. Đậy bát bằng màng bọc thực phẩm và để trong tủ lạnh khoảng 30 phút.
4. Tạo thành kẹo từ khối đã nguội và cuộn chúng trong ca cao hoặc dừa sấy khô.
5. Cho từng viên kẹo vào viên giấy. Giữ ở nơi mát mẻ.
6. Kẹo thô cho bệnh nhân tiểu đường đã sẵn sàng.

72. Kẹo sống chuối chà là

Sản phẩm cần thiết

- Chuối - 1 chiếc.
- bột yến mạch - 1 muỗng cà phê.
- Ngày - 7 - 8
- Dầu dừa - 1 muỗng canh.
- từ sừng - 2 muỗng cà phê
- quế - 1 muỗng cà phê.
- dừa nạo sấy

Phương pháp chuẩn bị

1. Trộn và xay nhuyễn tất cả các sản phẩm trong máy xay sinh tố.
2. Nặn thành những viên tròn rồi lăn qua dừa nạo sấy.

3. Để kẹo trong tủ lạnh trong vài giờ để thiết lập.
4. Kẹo chuối và chà là đã sẵn sàng.

73. Kẹo sống với chuối và chà là

Sản phẩm cần thiết

- chuối - 1 chiếc.
- bột yến mạch - 1 muỗng cà phê.
- ngày - 7-8
- dầu dừa - 1 muỗng canh
- bột carob - 2 muỗng cà phê.
- quế - 1 muỗng cà phê
- bào dừa

Phương pháp chuẩn bị

1. Trộn tất cả các sản phẩm trong máy xay và trộn.
2. Tạo thành những quả bóng và cuộn chúng trong vỏ dừa.

3. Để caramen trong tủ lạnh vài giờ cho đông lại.
4. Kẹo chuối và chà là đã sẵn sàng.

74. Kẹo trái cây thô

Sản phẩm cần thiết

- Hạnh nhân - 50 g
- Cháo - 50 g
- quả mâm xôi đông lạnh - 80 g (bạn có thể dùng dâu tây, quả mâm xôi hoặc bất kỳ loại trái cây nào bạn chọn)
- Quả nam việt quất - 20 g khô
- Dầu dừa - 20 g
- Stevia - hoặc chất làm ngọt khác để hương vị

Phương pháp chuẩn bị

1. Đầu tiên xay nhuyễn các loại hạt trong máy xay sinh tố và cho vào bát.
2. Sau đó trộn quả mâm xôi và quả việt quất và thêm chúng.
3. Thêm bơ và chất làm ngọt và trộn đều.
4. Để khoảng 30-40 phút cho hỗn hợp ngấm vào.
5. Sau đó lấy nó ra và định hình nó thành kẹo thô hữu ích.
6. Để chúng cứng lại trong tủ lạnh thêm vài giờ nữa.
7. Khi kẹo trái cây thô đã sẵn sàng, bạn có thể trang trí và phục vụ với các sản phẩm bạn chọn.

75. Viên ngọt nhân dầu dừa và các loại hạt

Sản phẩm cần thiết

- kachamak - ¼ h.ch. Bột tinh luyện semolina
- Dầu dừa - 1 muỗng canh.
- sô cô la đen - 1 hàng
- Quế - 1 nhúm
- sừng - 3 muỗng cà phê.
- đường nâu - 6 muỗng canh. tương tự
- Cookies - 2 miếng để làm dày
- Vani - 2 giọt chất lỏng
- Hạt ca cao - 3 nhúm (nghiền nát)
- Nước - 2/3 muỗng cà phê.
- Các loại hạt - ½ hh Quả óc chó và quả phỉ để cuộn

Phương pháp chuẩn bị

1. Đun sôi cháo và làm ngọt bằng nước đường nâu.
2. Khuấy mạnh - không ngắt quãng bằng máy trộn bột cho đến khi bột hút nước.
3. Lấy chảo ra khỏi bếp và thêm dầu dừa và sô cô la đen nghiền mịn để làm tan chảy trong bột giấy ấm.
4. Nêm hỗn hợp với vani lỏng và tạo màu từng miếng bằng carob, quế và hạt ca cao.
5. Làm dày bánh quy cắt nhỏ và sử dụng bột thu được để tạo thành những quả bóng nhỏ lăn thành các loại hạt bạn chọn (trong trường hợp này là quả óc chó và quả phỉ).
6. Dễ dàng và nhanh chóng để làm đồ ngọt thuần chay.
7. Những quả bóng ngọt thô hữu ích và ngon miệng với dầu dừa và các loại hạt.

76. Kẹo đậu phộng sống với phô mai

Sản phẩm cần thiết

- Các loại hạt - 100 g hỗn hợp thô (đậu phộng, hạnh nhân, hạt điều) và nho khô
- Phô mai - 100 g bánh kẹo (hoặc tự nhiên)
- Bơ đậu phộng - 35 g với đậu phộng miếng
- Stevia - hoặc bất kỳ chất làm ngọt nào khác mà bạn chọn
- Đậu phộng - (hoặc các loại hạt khác) để cuộn

Phương pháp chuẩn bị

1. Nghiền hỗn hợp các loại hạt và nho khô trong máy xay sinh tố cho những viên kẹo thô này.
2. Đổ nó vào một cái bát và thêm các sản phẩm còn lại.
3. Trộn đều và hỗn hợp thu được ở dạng kẹo.
4. Cuộn đậu phộng đã xay sẵn lại và để kẹo đậu phộng sống với phô mai trong tủ lạnh trong vài giờ.

77. Nấm cục thuần chay thô lễ hội

Sản phẩm cần thiết

- Cháo - 200 g đặc
- Chà là sấy khô - tách hạt 200 g
- Dầu dừa - 2 muỗng canh.
- Bột yến mạch - 2 muỗng canh. khỏe
- Ca cao - 2 muỗng canh.

để trang trí

- Hạt phỉ - nguyên hạt
- ca cao
- nhân vật đường - mỏ

Phương pháp chuẩn bị

1. Cho tất cả các sản phẩm vào máy xay sinh tố và đánh cho đến khi thu được hỗn hợp đồng nhất. Theo tâm trạng của tôi, đôi khi tôi

thêm tahini mè hoặc xi-rô cây thùa, bạn luôn có thể tăng hoặc giảm lượng nguyên liệu dựa trên sở thích của riêng mình.
2. Khi hỗn hợp đã sẵn sàng, tốt nhất bạn nên cho vào tủ lạnh khoảng nửa tiếng để hỗn hợp kẹo se lại một chút - điều này giúp bạn dễ dàng tạo hình kẹo bằng tay hơn.
3. Trong khi chờ đợi, chuẩn bị trang trí.
4. Khi khối cứng lại, tạo hình kẹo thô. Cho một quả phỉ nguyên hạt vào mỗi viên kẹo và cuộn nó trong ca cao. Bạn có thể đặt một hình nhỏ bằng đường lên trên, trong trường hợp này, chúng được làm rất ngọt ngào với những con bướm đường nhiều màu sắc - niềm vui tuyệt vời cho các giác quan này đã sẵn sàng!
1. Nấm cục thuần chay thô trong lễ hội rất dễ chế biến và làm quà tặng hoặc chiêu đãi tuyệt vời vào những dịp đặc biệt.

78. Chà là sống và kẹo chuối

Sản phẩm cần thiết

- Các loại hạt - 45 g
- Bột yến mạch - 30 g
- Chà là - 50 g
- charlan - 1 muỗng canh.
- Chuối - 1 chiếc.
- từ sừng - 10 g
- quế
- Cơm dừa nạo sấy - 1 gói

Phương pháp chuẩn bị

1. Tất cả mọi thứ được trộn lẫn.
2. Từ hỗn hợp đồng nhất thu được cho kẹo và quả bóng được hình thành.
3. Tất cả kẹo chuối và chà là đều được cuộn trong cơm dừa nạo sấy.

79. Kẹo năng lượng thô với tahini

Sản phẩm cần thiết

- Hạnh nhân - xay 200 g
- Hazelnut tahini - 1 - 2 muỗng canh.
- hạt ca cao - 1 muỗng canh. xé nhỏ + để cuộn
- Chà là - 7 chiếc.
- Mật ong - 1 muỗng canh.
- Cơm dừa nạo sấy - cuốn
- phù hợp với cuộn
- Ca cao - để cuộn
- Bản chất - rượu rum để hương vị

Phương pháp chuẩn bị

1. Đầu tiên xay hạnh nhân trong máy xay sinh tố. Chúng tôi lấy một cái bát, đổ hạnh nhân, chà là thái nhỏ, hạt ca cao nghiền, tahini hạt phỉ, một thìa mật ong và tinh chất rượu rum vào.

2. Sử dụng hỗn hợp để tạo thành kẹo có kích thước mong muốn. Nhào hỗn hợp bằng tay, khi khô thì cho thêm tahini vào.
3. Chúng tôi chuẩn bị ba quả dưa chuột, trong mỗi quả chúng tôi cho các nguyên liệu để cuộn - một quả dừa nạo sấy, quả thứ hai là ca cao và quả dừa nạo sấy trộn với 10 g que diêm trong quả thứ ba.
4. Matcha là một loại trà xanh. Đây là một loại bột trà, lá của nó được nghiền thành bột. Matcha là thức uống rất phổ biến được xếp vào loại siêu thực phẩm - với những đặc tính đặc biệt.
5. Bột xanh tăng cường hệ miễn dịch, cung cấp năng lượng, ổn định hàm lượng cholesterol trong máu, đẩy nhanh quá trình trao đổi chất, làm chậm quá trình lão hóa.
6. Nếu thích ăn quế, bạn có thể thay thế que diêm bằng quế để có những viên kẹo hữu ích này.
7. Chúng tôi tạo thành những quả bóng từ khối lượng và lăn kẹo với các nguyên liệu ra khỏi bát.
8. Sắp xếp trên một đĩa và phục vụ. Những viên kẹo năng lượng tahini thô này có thời hạn sử dụng lâu dài.

9. Vui thích!

80. Kẹo thô với chà là và vùng tahini

Sản phẩm cần thiết

- Chà là - 200 g không xương
- Đậu phộng - 70 g rang chín, bóc vỏ
- Hạt bí ngô - 40 g đã bóc vỏ, sống hoặc rang
- mè tahini - 2 muỗng canh.
- Cơm dừa nạo sấy - cuốn
- Ca Cao - Tự Nhiên, Xay (Cuộn)

Phương pháp chuẩn bị

1. Khi chà là khô hơn, ngâm chúng trong nước 2 giờ, sau đó để ráo nước và lau khô. Nếu chúng mềm, hãy bỏ qua quy trình này.

2. Cho đậu phộng và chà là vào cối của máy xay sinh tố hoặc máy xay thực phẩm và bật tốc độ xay cao trong vài giây. Chúng không nên được làm thành bột giấy hoàn toàn mà thành những mảnh rất nhỏ, tương tự như vụn.
3. Chuyển sang một cái bát và thêm mè tahini. Trộn đều cho đến khi tạo thành hỗn hợp dính đồng nhất.
4. Nặn bột chà là thành những viên tròn và lăn một nửa trong dừa nạo sấy, nửa còn lại trong bột ca cao.
5. Xếp ra đĩa và dùng ngay hoặc cho kẹo vào hộp đậy kín trong tủ lạnh.
6. Kẹo dẻo, thơm ngon và tốt cho sức khỏe, thích hợp cho trẻ em và người lớn. Ăn bất cứ lúc nào hoặc trong công ty với một tách trà hoặc cà phê thơm.
7. Chúc vui vẻ!

81. Kẹo chà là tự làm và các loại hạt sống

Sản phẩm cần thiết

- Chà là - 200 g
- Cháo đặc - 50 g
- Hạnh nhân - 100 g thô
- Ca cao - 1 muỗng cà phê
- Tinh chất - 2 - 3 giọt rượu rum
- Tinh chất - 2 - 3 giọt cam
- Quế - 1 nhúm
- Socola - 100 g
- Cơm dừa nạo sấy - 200 g

Phương pháp chuẩn bị

1. Cho chà là đã lọc xương, ca cao, sô cô la, các loại hạt, quế và cả hai loại tinh chất vào máy xay sinh tố và xay cho đến khi hỗn hợp sệt lại.

2. Thư giãn trong 30-40 phút. Nặn hỗn hợp thành những viên tròn rồi lăn qua dừa nạo.
3. Chúng tôi để đồ ngọt thành phẩm ở nơi mát mẻ; chúng không nhất thiết phải ở trong tủ lạnh.

82. Sôcôla thô với bơ dừa

Sản phẩm cần thiết

- dầu dừa - 1 muỗng cà phê. nhỏ (chưa tinh chế)
- Ca cao - 30 g bột thô tự nhiên
- từ sừng - 20 g
- Mật ong - 1 muỗng canh. con ong
- Vani - 1 bột
- quả hạch
- Trái cây khô - tùy chọn

Phương pháp chuẩn bị

1. Cho dầu dừa vào một cái chảo nhỏ trên bếp. Chúng tôi bật ở nhiệt độ rất thấp. Dầu dừa trở thành chất lỏng khi đun nóng đến 26 độ.
2. Thêm vani, bột ca cao, kẹo cao su châu chấu. Trộn tất cả các thành phần.

3. Tắt bếp và thêm mật ong để hòa tan.
4. Chuẩn bị khuôn silicon cho sô cô la hoặc kẹo và phân phối khối lượng sô cô la.
5. Bạn có thể thêm các loại hạt nghiền, xay hoặc nguyên hạt tùy thích. Trái cây sấy khô - ở dạng miếng hoặc nguyên quả nếu là loại nhỏ.
6. Cá nhân tôi đã sử dụng toàn bộ hạnh nhân, quả phỉ và quả kỷ tử. Tôi đã chọn làm nó ở dạng kẹo sô cô la để thuận tiện cho tôi.
7. Cho khuôn vào ngăn đá tủ lạnh ít nhất 5 tiếng cho cứng lại.
8. Lấy nó ra, loại bỏ hình dạng và thưởng thức!
9. Hãy chắc chắn để lưu trữ trong tủ đông.

83. Kẹo thô với lê khô và quế

Sản phẩm cần thiết

- lê khô - 1 muỗng cà phê.
- bột yến mạch - 1 muỗng cà phê.
- Cam - nước ép và vỏ của 1/2 quả cam
- quế - 2 muỗng cà phê.
- Dầu dừa - 2 muỗng cà phê.
- dừa nạo sấy
- vỏ cam

Phương pháp chuẩn bị

1. Trộn tất cả các sản phẩm trong máy xay sinh tố.
2. Dùng tay nặn những viên tròn rồi lăn trong dừa nạo sấy và vỏ cam.
3. Cho kẹo vào ngăn mát tủ lạnh vài tiếng rồi thưởng thức.

84. Kẹo cà rốt sống

Sản phẩm cần thiết

- Cà rốt - 2 chiếc.
- Mật ong - 2 muỗng canh.
- Quả óc chó - 30 g nguyên hạt
- Hạnh nhân - 30 g thô
- Cháo - 30 g nguyên liệu
- Cơm dừa nạo sấy - cuốn

Phương pháp chuẩn bị

1. Bào cà rốt.
2. Nghiền các loại hạt trong máy xay sinh tố và thêm mật ong. Xay thêm 2 phút.
3. Thêm cà rốt nạo và khuấy bằng tay.
4. Chúng tôi lấy một ít hỗn hợp và tạo thành những quả bóng.
5. Cuộn chúng trong dừa nạo sấy.
6. Chúng tôi sử dụng chúng ngay lập tức.

85. Kẹo thuần chay thô với hạt lanh

Sản phẩm cần thiết

- Các loại hạt - 1 muỗng cà phê.
- Chia - 1/4 muỗng cà phê.
- hạt lanh - 1/4 muỗng cà phê.
- Hạt bí ngô - 1/3 muỗng cà phê.
- từ sừng - 1 1/2 muỗng cà phê
- Ca cao - 1 1/2 muỗng cà phê
- dừa nạo sấy - 1/4 muỗng cà phê.
- Nho khô - 2 muỗng canh.
- Chà là - 15 chiếc.
- Dầu dừa - 2 muỗng canh.
- Dừa dừa nạo để cuộn

Phương pháp chuẩn bị

1. Chúng tôi làm sạch ngày từ đá. Tất cả các sản phẩm được trộn cùng với các dạng đã làm sạch trong máy xay hoặc máy xay thực phẩm và nghiền cho đến khi thu được hỗn hợp đồng nhất.
2. Chúng tôi tạo hình kẹo dưới dạng viên tròn, cuộn trong dừa nạo sấy, ca cao hoặc bột carob.
3. Để kẹo trong tủ lạnh trong một giờ trước khi ăn.

86. Viên sô cô la thô với các loại hạt và quả chà là

Sản phẩm cần thiết

- Chà là - 20 chiếc.
- Các loại hạt - 1 nắm
- Đậu phộng - 1/2 nắm rang
- Sô cô la đen - 15-20 g (70%)
- Ca cao - 1 muỗng canh.
- Dầu dừa - 1 muỗng canh.

Phương pháp chuẩn bị

1. Cắt nhỏ mọi thứ trong một chiếc máy băm nhỏ, tạo thành những viên tròn và bảo quản trong tủ lạnh!

87. Kẹo ca cao thô

Sản phẩm cần thiết

- nho khô
- rượu sô cô la
- Cookies - với ca cao
- Café - 3in1
- quả hạch
- chuối
- dừa nạo sấy
- ca cao

Phương pháp chuẩn bị

1. Nho khô ở trong rượu mùi trong 5-6 giờ. Cắt nhỏ bằng máy xay sinh tố.

2. Thêm quả óc chó nghiền, chuối nghiền, một ít cà phê, trộn mọi thứ lại với nhau và xay bánh quy cho đến khi thu được khối đặc hơn (bạn có thể xay mọi thứ trong máy xay sinh tố với tỷ lệ thành công tương tự).
3. Trộn cơm dừa nạo sấy với ca cao trong một cái bát nông rồi vo thành những viên tròn hình bàn tay của hỗn hợp đã chuẩn bị trong đó.

88. Sôcôla thô

Sản phẩm cần thiết

- vỏ cam - nạo vỏ của 1/2 quả cam
- dầu dừa - 1 muỗng canh.
- đường dừa - 1 muỗng canh.
- dừa bào - 2 muỗng canh.
- bơ ca cao - 2 muỗng canh. (ép nguội)
- hạt ca cao - 4 muỗng canh. xay mịn nguyên liệu

Phương pháp chuẩn bị

1. Đun chảy ca cao và dầu dừa trong nồi cách thủy và đợi chúng hơi hóa lỏng.
2. Sau đó, tôi thêm vỏ cam, hạt ca cao và đường dừa.

3. Khuấy cho đến khi tôi có được một hỗn hợp đồng nhất và loại bỏ khỏi bồn nước.
4. Đổ vào khuôn và để trong tủ lạnh trong 2 giờ.
5. Tôi rắc dừa bào sợi lên trên.

89. Kẹo thuần chay thô

Sản phẩm cần thiết

- Trái cây sấy khô - tùy chọn (ví dụ: nho khô, anh đào, v.v.)
- Quả óc chó - xay
- Cookies - thông thường
- Bột carob - hoặc ca cao
- mùn cưa yến mạch
- dừa nạo sấy
- Rum - hoặc rượu khác mà bạn chọn

Phương pháp chuẩn bị

1. Hoa quả khô ngâm rượu khoảng 6 tiếng rồi cho vào máy xay sinh tố.

2. Bánh quy nghiền, các loại hạt, yến mạch vụn, kẹo cao su châu chấu - tất cả đều bắt mắt và ngon miệng.
3. Từ hỗn hợp đã chuẩn bị, tạo thành những viên tròn, được cuộn trong dừa nạo sấy. Bạn có thể đặt một hạt trong đó nếu bạn muốn.

90. Kẹo thuần chay thô với quả câu kỷ tử

Sản phẩm cần thiết

- kỷ tử - 50 g
- nam việt quất - 30 g khô
- chà là - 50 g đã lọc xương
- hạt bí ngô - 50 g thô
- hạnh nhân - 50 g chưa bóc vỏ
- mật ong - 40 g
- nước - 1 - 2 muỗng canh, nếu cần
- ca cao - mè sống và/hoặc dừa bào để cán

Phương pháp chuẩn bị

1. Tất cả các sản phẩm được trộn trong một bộ xử lý thực phẩm. Lọc cho đến khi tạo thành một khối dính. Nếu hỗn hợp quá khô có thể thêm 1-2 thìa nước lọc.

2. Từ những quả bóng bột được hình thành. Hình bầu dục trong vừng, ca cao hoặc dừa. Bảo quản trong hộp trong tủ lạnh.

91. Sôcôla thô với dừa và hạt vừng

Sản phẩm cần thiết

- Hạt vừng - 80 g thô
- Dừa - 40 g dừa nạo sấy
- Ca cao - 25 g bột thô
- Siro cây thùa - 80 g
- Dầu dừa - 50 g (ở nhiệt độ phòng)
- quế

Phương pháp chuẩn bị

1. Tất cả các sản phẩm được trộn và khuấy bằng nĩa cho đến khi thu được khối lượng đồng nhất.
2. Bột được định hình thành một hình chữ nhật nhỏ khoảng. 12 × 14 cm trên giấy nướng.

3. Để bảo quản tươi trong hộp hoặc bọc bằng giấy bạc và để yên vài giờ trong tủ lạnh cho đến khi cứng lại. Khi cứng, cắt thành hình vuông.

KẸO KHÔNG ĐƯỜNG

92. Kẹo chay với chà là và cháo

Sản phẩm cần thiết

- Chà là - 150 g, có thể ngâm nước nóng
- Cháo - 50 g, sống
- Hạnh nhân - 50 g, thô
- Bột carob - 4 muỗng canh.
- Dầu dừa - 4 muỗng canh.
- Stevia - để nếm thử, có thể không có
- dừa nạo sấy - 2 muỗng canh.
- dừa nạo sấy - 4 muỗng canh. để cuộn

Phương pháp chuẩn bị

1. Trong máy xay thực phẩm, trước tiên hãy xay các loại hạt, sau đó thêm các thành phần khác - chà là, bơ, mùn cưa, bột carob.
2. Stevia có thể được thêm vào nếu muốn.
3. Khối kẹo đặc và dính, dạng viên, kẹo thuần chay được cuộn trong dừa nạo sấy.
4. Quay trở lại tủ lạnh để thiết lập.
5. Kẹo chay chà là và hạt điều rất ngon.

93. Kẹo tự làm với hạt dẻ

Sản phẩm cần thiết

- Hạt dẻ - khoảng 350 g
- Chà là - 200 g
- Nho khô - 150 g đen
- Dầu dừa
- Mảnh ngô - khoảng. 150 g
- Ca cao - để cuộn
- Hạt gai dầu - bóc vỏ, cuộn

Phương pháp chuẩn bị

1. Hạt dẻ luộc (làm sạch bên trong không có vảy) khoảng. 300-350 g, ngâm nước 1 ngày với khoảng. 200 g chà là (đọ sức) và 150 g nho khô đen (và trắng).

2. Bạn cũng sẽ cần một ít dầu hạt lanh hoặc dầu dừa, bột ngô (không đường), khoảng. 150 g.
3. Tôi xay các mảnh trong máy xay sinh tố. Sau đó, tôi cho chà là và nho khô cùng với nước vào máy xay sinh tố.
4. Tôi cũng đã thêm chất béo yêu thích của mình (không nhiều). Tôi nhào một thứ gì đó như bột, nếu khó tôi thêm một chút nước.
5. Tôi để nó trong tủ lạnh. Sau 4 giờ, tôi tạo hình kẹo tự làm.
6. Sau đó, tôi cuộn một nửa số kẹo thuần chay trong ca cao và một nửa số còn lại trong hạt gai dầu đã bóc vỏ và bạn sẽ có được những viên kẹo tự làm thơm ngon tốt cho sức khỏe với hạt dẻ.

94. Bữa tiệc socola hạnh nhân

Sản phẩm cần thiết

- Hạnh nhân - 200 g thô
- ca cao - 3 muỗng canh.
- Socola - 100 g tự nhiên

Phương pháp chuẩn bị

1. Ngâm hạnh nhân trong nước ấm để chúng nở ra.
2. Gọt vỏ và xay một quả bí ngô và ép lấy nước.
3. Để khô trong 30 phút ở 100°C.
4. Làm tan chảy sô cô la trong nồi hơi đôi.
5. Nhúng hạnh nhân vào đó và cuối cùng lăn chúng trong ca cao.
6. Để kẹo tự làm trong khay và phục vụ chúng cho khách của bạn.

7. Bữa tiệc sô cô la hạnh nhân rất ngon.

95. Kẹo thô dành cho người tiểu đường

Sản phẩm cần thiết

- Chà là - 300 gram đọ sức
- dừa nạo sấy
- Nho khô - 200 g
- Mận khô - 150 g (đã bỏ hột)
- Ca cao - tất nhiên
- Rượu rum - 1 muỗng cà phê

Phương pháp chuẩn bị

1. Cắt mận và chà là. Thêm nho khô và cho mọi thứ vào máy xay sinh tố. Nghiền cho đến khi tạo thành hỗn hợp dính.
2. Chuyển sang một cái bát và đổ rượu rum lên trên.

3. Đậy bát bằng màng bọc thực phẩm và để trong tủ lạnh khoảng 30 phút.
4. Tạo thành kẹo từ khối đã nguội và cuộn chúng trong ca cao hoặc dừa sấy khô.
5. Cho từng viên kẹo vào viên giấy. Giữ ở nơi mát mẻ.
6. Kẹo thô cho bệnh nhân tiểu đường đã sẵn sàng.

96. Socola dừa viên

Sản phẩm cần thiết

- Bột cốt dừa - 200 g
- Sữa đặc - 150 g
- sô cô la đen - 200 g
- Muối - Khi cần thiết

Phương pháp chuẩn bị

1. Cho bột dừa vào tô sâu hơn, thêm sữa đặc và chút muối vào trộn đều.
2. Để hỗn hợp trong tủ lạnh trong 1 giờ. Định hình hỗn hợp thành những quả bóng.
3. Đun chảy sô cô la trong hơi nước. Đâm các quả bóng bằng tăm, sau đó nhúng từng quả bóng vào sô cô la.

4. Sắp xếp kẹo dừa trong giỏ giấy và rắc một ít bột dừa.
5. Để sô cô la và dừa viên nguội trước khi ăn.

97. Kẹo socola nhân đậu phộng

Sản phẩm cần thiết

- đậu phộng - 200 g xay
- hạt vừng - 150 g xay
- dừa - 40 g
- mật ong - muỗng canh.
- sô cô la đen - 150 g
- sô cô la sữa - 50 g

Phương pháp chuẩn bị

1. Trộn đậu phộng, vừng xay và bột dừa rồi nhào bằng tay.
2. Đổ mật ong và tiếp tục nhào bằng tay.

3. Chia hỗn hợp thành nhiều quả bóng và kéo căng chúng và tạo thành những sợi bấc bằng nhau.
4. Đun chảy sô cô la và đổ lên que. Để yên trong 15 phút.
5. Làm tan chảy sô cô la sữa và trang trí trên sô cô la đen bằng cách đổ nó vào một túi nhựa nhỏ, cắt nhẹ một đầu và bạn sẽ có được một loại túi.
6. Sau khi chắc chắn, cắt sôcôla ngon.
7. Những sô cô la đậu phộng này là hoàn hảo cho bất kỳ dịp nào.

98. Chocolate truffle vị rượu rum

Sản phẩm cần thiết

- Sô cô la đen - 400 g nghiền nhỏ
- Kem bánh kẹo - 200 ml để đánh bông
- Ca cao - khoảng 40 g
- rượu rum - 1 muỗng canh. hoặc tinh chất rượu rum
- Cà phê hòa tan - 1/2 muỗng cà phê.

Phương pháp chuẩn bị

1. Đổ kem lên bếp cho đến khi bong bóng hình thành trên thành đĩa (không được đun sôi hoàn toàn).
2. Cho sô cô la nghiền nát, cà phê và rượu rum vào một cái bát sâu. Đổ kem nóng lên trên và để yên trong vài phút, sau đó khuấy đều cho

đến khi bạn có được một hỗn hợp đồng nhất, sáng bóng.
3. Để nó cứng lại trong tủ lạnh (ít nhất 2 giờ), sau đó dùng tay tạo hình những viên kẹo cỡ quả óc chó và cuộn chúng trong ca cao.
4. Bảo quản trong tủ lạnh.
5. Kẹo sô cô la có hương vị rượu rum rất thành công.

99. Kẹo cam dừa

Sản phẩm cần thiết

- Nước cam - 400 ml
- Bột ngô - 50 g
- Dừa - 100 g

Phương pháp chuẩn bị

1. Vắt 5 quả cam, thêm đường và tinh bột vào nước ép.
2. Khuấy đều trên lửa nhỏ cho đến khi hỗn hợp có độ đặc của bánh pudding.
3. Bôi trơn khuôn bằng dầu, đổ hỗn hợp vào khuôn. Đợi 2-3 giờ để nguội.
4. Lăn kẹo đã hoàn thành trong bột dừa.
5. Kẹo cam và kẹo dừa đã sẵn sàng.

100. Bánh rán sô cô la với ngọc trai lợi khuẩn

Sản phẩm cần thiết

- Hạt Phỉ - 80 g
- Chà là - 80 g
- Ca cao - 15 g
- Dầu dừa - 15 g
- Sô cô la - 20 g trở lên để trang trí
- men vi sinh trân châu - 10 g

Phương pháp chuẩn bị

1. Xay nhuyễn quả phỉ và chà là.
2. Làm tan chảy sô cô la trong nồi hơi đôi.
3. Trộn tất cả các sản phẩm không có trân châu trong một bát nhựa và trộn đều.

4. Định hình hỗn hợp thu được thành bánh rán bằng cách tạo một lỗ ở giữa bằng ống hút.
5. Trang trí với sô cô la và trân châu còn lại và để bánh rán sô cô la với ngọc trai lợi khuẩn trong tủ đông hoặc tủ lạnh.

PHẦN KẾT LUẬN

Kẹo và đồ tự làm là những ý tưởng quà tặng tuyệt vời với chi phí thấp. Trẻ em thích hỗ trợ với những công thức nấu ăn này, vì vậy bạn có thể dành thời gian chất lượng bên nhau.

www.ingramcontent.com/pod-product-compliance
Lightning Source LLC
Chambersburg PA
CBHW050414120526
44590CB00015B/1957